மீகயீல் ஷோலகவ்

கதைகள்

மொழிபெயர்ப்பாளர்கள் :

பூ.சோமசுந்தரம்

(முதல் நான்கு கதைகள்),

மீனவன் (“அவன் விதி”)

MALAR BOOKS

மலர் புக்ஸ்

மீகயீல் ஷோலகவ் கதைகள்

ஆசிரியர் : **மீகயீல் ஷோலகவ்**
மொழிபெயர்ப்பாளர்கள் : **பூ.சோமசுந்தரம்**
முதல் பதிப்பு: மே 2023
வெளியீடு : மலர் புக்ஸ்
விற்பனை உரிமை: பரிசல் புத்தக நிலையம்
235, P-பிளாக், MMDA காலனி
அரும்பாக்கம், சென்னை – 600 106
பேச: 9382853646, 8825767500
மின்னஞ்சல்: parisalbooks@gmail.com
பக்க வடிவமைப்பு: யு.நிலா
அச்சாக்கம்: காம்யூ பிரிண்டர்ஸ், சென்னை
பக்கம்: 172
விலை: ரூ 200

MIKHAIL SHOLOKHOV KATHAIKAL

Author: **Mikhail Sholokhov**
Translator : **P. Somasundaram**
First Edition: May 2023
Published by: Malar Books
Office : Parisal Putthaga Nilayam
No.235, P-Block, MMDA Colony
Arumbakkam, Chennai - 600 106
Mobile: 93828 53646
E-mail: parisalbooks@gmail.com
Designed by: Y.Nila
Printed at: Comu Printers, Chennai
ISBN: 978-93-91947-45-3
Pages: 172
Price: Rs.200

பொருளடக்கம்

1. சோரபுத்திரன் — 5
2. நீல வண்ண ஸ்தெப்பி — 55
3. குதிரைக் குட்டி — 72
4. மேய்ப்பன் — 86
5. அவன் விதி — 107

"நான் 1905ம் ஆண்டில் பிறந்தேன்... உள்நாட்டுப் போர் நடக்கையில் தோன் ஆற்றுப் பிரதேசத்தில் இருந்தேன்.

1920ம் ஆண்டுமுதல் படையில் தோன் பிரதேசத்தில் அல்லாடித் திரிந்தேன். தானிய வசூல் தொண்டனாக நீண்ட காலம் வேலை செய்தேன். 1922ம் ஆண்டுவரை தோன் பிரதேசத்தில் ஆதிக்கம் செலுத்தி வந்த கொள்ளைக் கூட்டத்தாரை விரட்டிச் சென்றேன், கொள்ளைக் கூட்டத்தாரும் எங்களை விரட்டிக்கொண்டு வந்தார்கள்...."

மிகயீல் ஷோலகவ்
(சுயசரிதையிலிருந்து)

"**தோன் பிரதேசக் கதைகள்**"
என்ற தொகுப்பிலிருந்து 1925-26

சோரபுத்திரன்

மீஷா கனவு கண்டான்: அவனுடைய தாத்தா தோட்டத்தில் செர்ரி மரத்திலிருந்து வலுவான கொம்பு ஒன்றை நறுக்கி எடுத்துக் கொண்டு அவனருகே வந்து கொம்பை ஓங்கி ஆட்டிக்கொண்டே இப்படிச் சொல்கிறார்:

"எங்கே, இப்படி வாரும் ஐயா, மீஷா அவர்களே, கால்கள் முளைக்கத் தொடங்குகிற இடத்திலே உம்மை உரித்துப் போடுகிறேன்!..."

"எதற்காக, தாத்தா?" என்று கேட்கிறான் மீஷா

"நீ கோழிக் குடிலிலே கொண்டைக் கோழியின் கூட்டிலிருந்து எல்லா முட்டைகளையும் திருடி, குடை ராட்டினத்துக்குக் கொண்டு போய்ச் சுற்றி விட்டு வந்தாயே, அதற்காகத்தான்!..."

"தாத்தா, நான் இந்த வருஷம் குடை ராட்டினத்திலே சுற்றவே இல்லையே!" என்று திகிலுடன் வீரிடுகிறான் மீஷா.

ஆனால் தாத்தா கம்பீரமாகத் தாடியைத் தடவிக் கொண்டே காலை உக்கிரமாகத் தொப்பென்று அடிக்கிறார்.

"படு, குட்டிச்சாத்தான், கால் சட்டையை நெகிழ்த்து!..."

மீஷா வீரிட்டு அலறி விழித்துக் கொண்டான். மிலாறினால் உண்மையாகவே அடி வாங்கியது போல அவனுடைய நெஞ்சு படபடத்தது. இடது கண்ணைக் கொஞ்சம் போலத் திறந்தான். குடிசையில் வெளிச்சமாய் இருந்தது. காலை இளவெயில் சாளரத்துக்கு வெளியே தகதகத்துக் கொண்டிருந்தது. மீஷா தலையை நிமிர்த்தினான். முன்கொட்டகையில் குரல்கள் கேட்டன: அம்மா கீச்சிட்டாள், ஏதோ முனகினாள், சிரிப்பினால் அவளுக்குப் புரையேறிற்று. தாத்தா இருமினார். ஏதோ வேற்றுக் குரல் "பூ-பூ-பூ..." என்று ஒலித்தது.

மீஷா கண்களைக் கசக்கித் தேய்த்துக் கொண்டான். பார்க்கிறானோ, கதவு திறந்தது, படீரென்று மூடிக்கொண்டது, தாத்தா அறைக்குள் ஓடினார், துள்ளிக் குதித்தார், அவரது மூக்குக்கண்ணாடி அதிர்ந்தாடிற்று. பாதிரிதான் தோத்திரப் பாடகர்களுடன் வந்துவிட்டாராக்கும் (ஈஸ்டர் திருநாளில் பாதிரி வரும்போது தாத்தா இப்படித் தான் ஆலைபாய்வது வழக்கம்) என்று முதலில் நினைத்தான் மீஷா. ஆனால் தாத்தாவின் பின்னோடு அறைக்குள் புகுந்தான் முகமறியாத பெரிய படை வீரன் ஒருவன். கறுப்பு மேல் கோட்டும் தொப்பியும் அணிந்திருந்தான். தொப்பியில் நாடாக்கள் இருந்தன. ஆனால் முன்விளிம்பு இல்லை. அம்மா இந்த மனிதன் கழுத்தைக் கட்டிக் கொண்டு தொங்கினாள், ஊளையிட்டாள்.

குடிசையின் நடுவே வேற்றாள் அம்மாவைக் கழுத்திலிருந்து உதறி அகற்றிவிட்டு, "எங்கே என் சந்ததி?" என்று உறுமினான்

மீஷா அரண்டு போய்ப் போர்வைக்குள் பதுங்கிக் கொண்டான்

"மீஷாக் கண்ணு, என் செல்வ மகனே! என்னடா அப்பா நீ உறங்குகிறாய்? உன் தகப்பனார் இராணுவ சேவையிலிருந்து திரும்பி வந்திருக்கிறாரே, பார்!" என்று கத்தினாள் அம்மா.

மீஷா இமைகொட்டுவதற்குள் வீரன் அவனைக் குண்டுக் கட்டாகத் தூக்கி விட்டத்துக்கு அடியில் எறிந்து, அப்புறம் அவனைப் பிடித்து மார்போடு இறுகப் புல்லி, செம்பட்டை மீசைகளால் உதடுகளையும் கன்னங்களையும் விழிகளையும் குத்தி குதறி விட்டான். மீசைகளில் ஏதோ ஈரமாக உப்புக் கரித்தது. மீஷா ஆன மட்டும் திமிறினான், ஆனால் படைவீரன் விடுகிற வழியாய் இல்லை.

"அடேயப்பா, எப்பேர்ப்பட்ட போல்ஷெவிக் வளர்ந்து விட்டான் எனக்கு!... சீக்கிரம் அப்பனை விட உயர்ந்துவிடுவான்!... ஹோ-ஹோ- ஹோ!" என்று கத்தினான் தகப்பன். மீஷாவை உள்ளங்கையில் உட்கார்த்துவதும், தட்டாமாலை சுற்றுவதும், விட்டத்துக் குறுக்குச் சட்டம் வரை எட்டும்படி தூக்கிப் போட்டுப் பிடிப்பதுமாகச் சீராட்டத் தொடங்கினானே பார்க்கலாம்.

மீஷா பொறுத்துப் பொறுத்துப் பார்த்தான் பின்பு தாத்தா செய்வது போலவே புருவங்களை நெரித்தான், கண்டிப்பை வரவழைத்துக் கொண்டான், அப்பனின் மீசையை வெடுக்கென்று பிடித்தான்.

"இறக்கிவிடு என்னை, அப்பா!"

"விட மாட்டேன், என்ன செய்வாயாம்?"

"விடு! நான் நான் பெரியவன் ஆகிவிட்டேன், நீ என்னவோ குழந்தைபோல என்னைக் கொஞ்சுகிறாயே!..."

தகப்பன் மீஷாவை மடியில் உட்கார்த்திக் கொண்டு புன்முறுவலுடன் கேட்டான்:

"எத்தனை வயது உனக்கு, என் துப்பாக்கிக் குஞ்சே?"

தலை நிமிராமல் அவனை ஏறிட்டுப் பார்த்தவாறே "எட்டாவது வயது நடக்கிறது" என்று உறுமினான் மீஷா.

"போன வருஷத்துக்கு முந்தின வருஷம் நான் உனக்குக் கப்பல்கள் பண்ணிக் கொடுத்தேனே, நினைவிருக்கிறதா, தங்க மகனே? நாம் அவைகளைக் குளத்தில் விட்டோமே, ஞாபகம் இருக்கிறதா?"

"நினைவிருக்கிறது!" என்று கத்திவிட்டு, தகப்பனின் கழுத்தைத் தயக்கத்துடன் கைகளால் கட்டிக்கொண்டான் மீஷா.

அப்புறம் குதூகலம் கரைகடந்து பெருக்கெடுத்தது. தகப்பன் மீஷாவைத் தன் கழுத்தில் உட்கார்த்திக் கொண்டு, அவன் கால்களைப் பிடித்துக் கொண்டு அறையில் சுற்றிச் சுற்றி வந்தான், குதிரைபோலக் கனைத்தான், செருமினான். பேரின்ப மிகுதியால் மீஷாவுக்கு மூச்சு திணறிற்று. அம்மா அவன் சட்டைக் கையைப் பற்றி இழுத்தாள்.

"முகப்புவெளிக்கு ஓடிப்போய் விளையாடு! உன்னைத் தானடா சொல்கிறேன், கடைகெட்ட காவாலிப் பயலே, போ!" என்று கத்தினாள். பின்பு தகப்பனைப் பார்த்து, "பமா அக்கீமிச்! விடு இவனைச் சற்றே!... உன்னை, என் சிங்கத்தை, கண்ணாரப் பார்க்க

விடமாட்டான் இவன். இரண்டு வருஷமாயிற்று உன்னைப் பார்த்து. நீ என்னடா என்றால் இவனோடு கொஞ்சிக் கொண்டிருக்கிறாய்!" என்றாள்.

தகப்பன் மீஷாவைத் தரையில் இறக்கிவிட்டு, "ஓடு, பையன்களோடு விளையாடு. அப்புறமாக வா, நான் உனக்குப் பரிசுகள் தருகிறேன்!" என்றான்.

மீஷா கதவைத் திறந்து கொண்டு வெளியே வந்தான். வீட்டுக்குள் எதைப்பற்றிப் பேச்சு நடக்கிறது என்று முகப்புக் கொட்டகையில் இருந்தபடி உற்றுக்கேட்கலாம் என்று முதலில் முதலில் நினைத்தான். அப்புறம் அவனுக்கு ஞாபகம் வந்தது- பையன்களில் எவனுக்குமே அப்பா வந்திருப்பது தெரியாதே என்பது. முகப்பு வெளியைக் கடந்து, காய்கறித் தோட்டத்தின் வழியாக உருளைக் கிழங்குப் பாத்திகளைத் துவைத்து நசுக்கிக் கொண்டு பாய்ச்சலாகக் குளத்துக்கு ஓடினான்

நாற்றம் வீசும் தேங்கிய நீரில் நீந்திக் குளித்து விட்டு மீஷா மணலில் புரண்டான், பின்பு கடைசித் தடவையாக நீரில் மூழ்கிவிட்டு, ஒரு காலால் கெந்தியவாறு காற்சட்டையை மாட்டிக்கொண்டான். வீட்டுக்குப் புறப்படத் தயாராகிவிட்டான், அதற்குள் பாதிரி மகன் வீத்யா அவனருகே வந்து சேர்ந்தான்.

"போகாதே, மீஷா! வா, நீந்திக் குளிப்போம், அப்புறம் எங்கள் வீட்டில் விளையாடப் போவோம். நீ எங்கள் வீட்டுக்கு வரலாம் என்று அம்மா அனுமதித்துவிட்டாள்" என்றான் வீத்யா.

மீஷா நழுவும் சராயை இடது கையால் தூக்கி விட்டுக்கொண்டு, தோளில் சராய்வாரைச் சரிப்படுத்திவிட்டு வேண்டா வெறுப்புடன் சொன்னான்:

"எனக்கு உன்னோடு விளையாட இஷ்டம் இல்லை. உன் காதுகளிலிருந்து கடுமையான கவிச்சு அடிக்கிறது!..."

வீத்யா இடது கண்ணை வன்மத்துடன் இடுக்கிக் கொண்டு, பின்னல் சட்டையை எலும்பு துருத்திய தோள்களிலிருந்து கழற்றினான்.

"எனக்குக் கண்டமாலை வந்ததினாலே அப்படி. நீ குடியானவன். உன் அம்மா உன்னை வேலி ஓரத்தில் பெற்றாள்!..."

"நீ என்ன, கண்ணால் பார்த்தாயா?"

"அம்மாவிடம் எங்கள் வீட்டுச் சமையல்காரி சொன்னதை நான் கேட்டேன்."

மீஷா மணலைக் காலால் கிளறி, வீத்யாவை ஏற இறங்க நோட்டம் இட்டான்.

"உங்கள் அம்மா புளுகுகிறாள்! எங்கள் அப்பா யுத்தத்திலே சண்டை போட்டாரே. உங்கள் அப்பாவோ, இரத்த வெறியர், ஊராரைச் சுரண்டித் தின்று கொழுக்கிறார்!..."

"சோரபுத்திரன்!" என்று உதடுகளைக் கோணிக் கொண்டு கூவினான் பாதிரிமகன்.

மீஷா நீரால் கூராக்கப்பட்ட கூழாங்கல்லை எடுத்தான். ஆனால் பாதிரிமகன் கண்ணீரை அடக்கிக்கொண்டு மிகவும் நளினமாகப் புன்னகை செய்தான்.

"சண்டை போடாதே, மீஷா, சச்சரவு செய்யாதே! நான் உனக்கு என் கட்டாரியைத் தருகிறேன், இரும்பால் செய்ததை! வேண்டுமா?" என்று குழைந்தான்.

மீஷாவின் விழிகள் மகிழ்ச்சியால் ஒளி வீசின. கூழாங்கல்லை ஒரு புறம் கடாசினான். ஆனால் தகப்பன் நினைவு வந்ததும் இறுமாப்புடன், "எங்கள் அப்பா உன்னுடையதை விட அருமையான கட்டாரி யுத்தத்திலிருந்து கொண்டு வந்திருக்கிறாரே!" என்றான்.

"புளுகுகிறாய்!" என்று என்று நம்பிக்கை இன்றி நீட்டினான் வீத்யா.

"நீதான் புளுகுகிறாய்!... கொண்டுவந்திருக்கிறார் என்று எப்போது சொல்லுகிறேனோ, அப்போது கொண்டுவந்திருக்கிறார் என்று தானே அர்த்தம்!... நிஜமான துப்பாக்கியுங்கூட...."

"அடேயப்பா, நீதான் எவ்வளவு பணக்காரன் ஆகிவிட்டாய்!" என்று பொறாமை ததும்பப் பல்லிளித்தான் வீத்யா.

"இன்னும் அவரிடம் தொப்பி இருக்கிறது, தொப்பியில் குஞ்சம் தொங்குகிறது. உன் புத்தகத்தில் இருக்கிறதே அதே போலத் தங்கத்தில் வார்த்தைகள் எழுதியிருக்கின்றன அந்தத் தொப்பியில்."

எதைச் சொல்லி மீஷாவை ஆச்சரியப்பட வைக்கலாம் என்று வீத்யா நெடுநேரம் சிந்தித்தான், நெற்றியைச் சுருக்கிக் கொண்டான், வெளிறிய வயிற்றைச் சொறிந்தான்.

"எங்கள் அப்பா சீக்கிரமே பெரிய பாதிரி ஆகிவிடுவார், உங்கள் அப்பனோ, மேய்ப்பனாக இருந்தான். கெக்கே, என்ன சொல்கிறாய்?" என்றான்.

மீஷாவுக்குச் சலித்துப் போயிற்று. திரும்பிக் காய்கறித் தோட்டத்தை நோக்கி நடந்தான். பாதிரிமகன் அவனைக் கூவி அழைத்தான்:

"மீஷா, மீஷா! உனக்கு ஒரு சங்கதி சொல்கிறேன்!"

"சொல்லு!"

"என் கிட்டே வா!..."

மீஷா அருகே போய்ச் சந்தேகத்துடன் கோணலாகப் பார்த்தான்.

"ஊம், சொல்லு!"

பாதிரிமகன் மெலிந்த கோணல் கால்களால் மணலில் குதித்தாடி, புன்னகைத்தான்.

"உங்கள் அப்பா கம்யூன்காரர்! நீ செத்துப் போன பிறகு உன் ஆன்மா வானத்துக்குப் போனதும் கடவுள் சொல்லுவார்: 'உன் தகப்பன் கம்யூனிஸ்ட் ஆனபடியால் உன்னை நரகத்துக்கு அனுப்புகிறேன்!' என்று. அங்கே சைத்தான்கள் உன்னை இருப்புச் சட்டியில் போட்டு வறுக்கத் தொடங்குவார்கள்!" எனக் குரோதத்துடன் கூறினான்.

"உன்னை மட்டும் வறுக்கத் தொடங்க மாட்டார்கள் என்ற நினைப்போ?"

"எங்கள் அப்பா புனித மதகுரு! நீ மடையன், படிக்காதவன், ஒன்றும் உனக்குப் புரியாது...."

மீஷாவைத் திகில் பற்றிக்கொண்டது. திரும்பி, ஒன்றும் பேசாமல் வீட்டுக்கு ஓடினான்.

காய்கறித் தோட்ட வேலியருகே நின்று, "இதோ தாத்தாவிடம் கேட்கிறேன். நீ மட்டும் பொய் சொல்லியிருந்தால் எங்கள் வீட்டுப்பக்கமே தலை காட்டாதே!" என்று பாதிரிமகனை நோக்கி முட்டியை ஆட்டி மிரட்டியவாறு கத்தினான்.

வேலியைத் தாவி வீட்டுக்கு ஓடுகையில் அவன் கண்முன் இருப்புச் சட்டி தென்பட்டது, அதில் மீஷா வறுக்கப்பட்டுக் கொண்டிருந்தான்.... உட்கார முடியாதபடி ஒரே சூடு. சுற்றிலும் புளித்த பாலாடை குமிழியிட்டு நுரைத்துத் தளபளத்தது. முதுகில் எறும்புகள் ஊர்வது போலப் புல்லரித்தது. சீக்கிரம் தாத்தாவிடம் போய்க் கேட்டு அறிய வேண்டுமென்று துடித்தான்.

அவனுடைய துரதிர்ஷ்டம், சுற்றுவேலியின் அழிக்கதவில் பன்றி சிக்கிக்கொண்டிருந்தது. தலை உள்புறமும் உடல் வெளிப்புறமுமாகத் தரையில் காலூன்றி நின்று, வாலைச் சுழற்றியவாறு காதைக் குடையும்படிக் கீச்சிட்டது. மீஷா அதை விடுவிக்க விரைந்தான். அழிக்கதவைத் திறக்க முயன்றான்-பன்றிக்கு ஈழையிழுக்கத் தொடங்கிற்று. குதிரையேறுவது போல அதன்மேல் உட்கார்ந்தான். பன்றி ஒரு முண்டு முண்டி அழிக்கதவைத் திருகி முறித்துப் பாய்ந்து முன்சென்று முகப்பு வெளிவழியாக அடிகளத்துக்குக் குதித்தோடியது. மீஷா கால் குதிகளால் அதன் விலாவில் இடித்தான். பன்றி படுவேகமாக விரைந்தோடவே மீஷாவின் தலைமயிர் பின்னே பறந்தது. அடிகளத்தில் மீஷா பன்றி முதுகிலிருந்து இறங்கினான். பார்க்கிறானோ, தாத்தா வாசற் படியில் நின்று விரலால் சைகை செய்து அவனை அழைத்தார்.

"என் கிட்டத்தில் வா, என் கண்ணே!"

தாத்தா எதற்காகக் கூப்பிடுகிறார் என்று மீஷா ஊகிக்கவில்லை. இதற்குள் நரகத்து இருப்புச்சட்டி நினைவுக்கு வரவே தாத்தாவிடம் பாய்ந்து ஓடினான்.

"தாத்தா, தாத்தா, நரகத்திலே சைத்தான்கள் உண்டா?"

"உனக்குச் சைத்தான்தான் பிடித்திருக்கிறது! உடம்பின் ஓர் இடத்திலே துப்பி, விளாறினால் ஈரத்தைத் துடைக்கிறேன்!... ஏனடா, கேடு கெட்ட கொள்ளை நோயே, எதற்காக அடா பன்றி மேல் சவாரி பழகினாய்?..."

தாத்தா மீஷாவின் சிண்டை வெடுக் கென்று பிடித்துக் கொண்டு அறையில் இருந்த அம்மாவைக் கூவி அழைத்தார்:

"இந்தா, இங்கே வந்து உன் கெட்டிக்கார மகனைப் பாரேன்!"

அம்மா ஓடி வந்தாள்.

"நீங்கள் எதற்காக அவனை?"

"எதற்காகவாவது? பார்க்கிறேன், இந்தப்பயல் முகப்பு வெளியில் பன்றிமேல் சவாரி செய்கிறான், காற்றில் புழுதி பறக்க அதை விரட்டுகிறான்!..."

"இவன் என்ன, குட்டிபோட்ட பன்றிமேலா சவாரி செய்தான்?" என்று பதைத்தாள் தாய்.

மீஷா சமாதானம் சொல்வதற்காக வாயைத் திறப்பதற்குள் தாத்தா தன் இடுப்பு வாரைக் கழற்றி, சராய் நழுவி விழாதபடி இடக்கையால் பிடித்துக்கொண்டு வலது கையால் மீஷாவின் தலையைத் தன் முழங்கால்களுக்கு இடையே நுழைத்துக் கொண்டார்.

"பன்றிமேலே சவாரி செய்யாதே!... சவாரி செய்யாதே!..." என்று கண்டிப்பாகக் கூறிக் கொண்டே வெளுத்து வாங்கினார்.

மீஷா கூச்சலிட நினைத்தான். அதற்குள் தாத்தா முந்திக் கொண்டார்:

"ஏனடா தெருச்சுற்றி நாய்ப்பயலே, அப்பன் மேல் கூட உனக்குப் பரிவு கிடையாதா என்ன? அவன் வழிப்பயணத்தால் செத்துச் சாவடைந்து உறங்குவதற்காகப் படுத்திருக்கிறான், நீ கூச்சலா போடுகிறாய்?" என்று உருக்கினார்.

மீஷா வாயை மூடிக்கொள்ள வேண்டியதாயிற்று. தாத்தாவைக் காலால் உதைக்க முயன்றான். ஆனால் கால் எட்டவில்லை. தாயார் மீஷாவைப் பிடித்து வீட்டுக்குள் தள்ளிக்கொண்டு போனாள்.

"உட்கார் இங்கே, உன் அம்மாவை நூறு சைத்தான்கள் வாரிக்கொண்டுபோக!... நான் மட்டும் உன்னைப் பிடித்தேனோ, தாத்தா மாதிரித் தோலை விட்டுவைக்க மாட்டேன்! உரித்தெடுத்து விடுவேன் உரித்து!" என்றார்....

தாத்தா சமையலறையில் விசுப்பலகை மேல் உட்கார்ந்து மீஷாவின் முதுகை எப்போதாவது ஒரு தரம் தடவிக் கொடுத்துக் கொண்டிருந்தார்.

மீஷா தாத்தாவின் பக்கம் திரும்பி, கடைசிக் கண்ணீரைப் புறங்கையால் தேய்த்துத் துடைத்து விட்டுக் கதவில் சாய்ந்து கொண்டு சொன்னான்:

"இருக்கட்டும் தாத்தா... பார்த்துக்கொண்டே இரு!"

"நீ என்னடா இது, கழிசடைப் பயலே, தாத்தாவை மிரட்டுகிறாயா?"

தாத்தா மறுபடியும் இடுப்புவாரைக் கழற்றுவதைப் பார்த்த மீஷா, நேரம் இருக்கையிலேயே கதவைச் சிறிது திறந்துவைத்துக் கொண்டான்.

"அப்படியானால் நீ என்னை மிரட்டவா செய்கிறாய்?" என்று என்று மறுபடியும் கேட்டார் தாத்தா.

மீஷா ஒரேயடியாகக் கதவுக்குப் பின்னே மறைந்து கொண்டான். இடுக்குவழியாகப்பார்த்து, தாத்தாவின் ஒவ்வோர் அசைவையும் மிக உன்னிப்பாகக் கவனித்தான். அப்புறம் உரக்கக் கூறினான்:

"இரு, இரு, தாத்தா!... இதோ உன் பற்கள் விழுந்து விடும். அப்போது நான் உனக்காகச் சவைத்துக் கொடுக்க மாட்டேன். என்னிடம் அப்பொழுது கேட்டுப் பயனில்லை!"

தாத்தா வாசலுக்கு வந்து பார்த்தார். காய்கறித் தோட்டத்தின் வழியாகவும், பசிய இலைகள் அடர்ந்து தழைத்த ஆளிச் செடிகளுக்கு இடையேயும் மீஷாவின் தலை அமிழ்வதையும் நீலக் காற்சட்டை பளிச்சிடுவதையும் கண்டார். நெடுநேரம் வரை தடியைக் காட்டி அவனை காட்டி அவனை அச்சுறுத்திக் கொண்டிருந்தார் தாத்தா. ஆனால் அவரது தாடிக்குள் புன்னகை மிளிர்ந்தது.

***

தகப்பனுக்கு அவன் மீஷாக் குட்டி. தாய்க்கோ, மீஷாக் கண்ணு. தாத்தாவுக்கு - கொஞ்சும் நிமிடங்களில் - குட்டிச் சாத்தான். தாத்தாவின் நரைத்த புருவ மயிர்கள் கண்கள் மேல் தொங்கும் மற்ற நேரங்களில் "ஐயா, மீஷா அவர்களே, வாரும் இங்கே, உம் காதைத் திருகுகிறேன்!"

மற்றவர்கள் எல்லோருக்கும், வீண்வம்பு அளக்கும் அண்டை அயலாருக்கும் சிறுவர்களுக்கும் வட்டாரம் முழுவதற்குமே அவன் மீஷ்க்கா அல்லது "சோரபுத்திரன்".

மணம் ஆகும் முன்பே அவனைப் பெற்றெடுத்தாள் தாய். குழந்தைக்குத் தகப்பனான மேய்ப்பன் பமாவுடன் இதற்கு ஒரு மாதத்திற்கெல்லாம் அவளுக்குத் திருமணம் நடந்துவிட்டது என்றாலும் "சோரபுத்திரன்" என்ற கேலிப்பெயர் சீழ்க்கட்டி போல மீஷாவுடன் ஒட்டிக்கொண்டு வாழ்நாள் முழுவதும் அவனுக்கு நிலைத்துவிட்டது.

மீஷாவுக்குச் சிறு கூடான மேனி. அவன் தலைமயிர் இளவேனில் காலத்தொடக்கத்தில் மலர்ந்த சூரியகாந்தி இதழ்கள் போல் இருக்கும். ஜூன் மாதம் சூரியன் அதை வெயிலால் பொசுக்கி, பல நிறப் பரட்டைக் கற்றைகள் ஆக்கிவிடும். அவனுடைய கன்னங்கள் குருவி முட்டை போல மச்சங்களால் நிறைந்திருக்கும். அவனுடைய மூக்கு வெயிலாலும் ஓயாமல் குளத்தில் நீந்திக் குளிப்பதனாலும் தோலுரிந்து சிதலாக வெடித்திருக்கும். கெந்துகாலன் மீஷாவிடம் இருந்த ஒரே நல்ல அம்சம் அவனுடைய விழிகளே. குறுகிய கண்குழிகளுக்குள் இருந்து உருகாத ஆற்றுப்

பனிக்கட்டி மணிகள் போல நீல நிறத்துடன் குறும்புத்தனம் சொட்ட அவை வெளியே நோக்கும்.

இந்தக் கண்களுக்காகவும் முரட்டுத்தனமான துருதுருப்புக் காகவும் தான் தகப்பனுக்கு மீஷா மேல் அன்பு. இராணுவ சேவையிலிருந்து திரும்புகையில் அவன் மகனுக்குப் பரிசாக மிக மிகப் பழைய, காலம் கடந்ததால் கடுக்கிட்டுப்போன பிஸ்கோத்துப் பணியாரமும் ஓரளவு உபயோகித்த நெடுஞ் சோடுகளும் கொண்டு வந்திருந்தான். நெடுஞ்சோடுகளைத் தாயார் துவாலையில் சுற்றிப் பெட்டிக்குள் பதனப்படுத்திவிட்டாள். பிஸ்கோத்துப் பணியாரத்தையோ மீஷா அன்றே மாலையில் நிலைப்படியில் சம்மட்டியால் உடைத்து நொறுக்கி ஒரு துணுக்கு மிச்சம் இல்லாமல் தின்று தீர்த்து விட்டான்.

மறுநாள் சூரியன் உதிக்கும் போதே மீஷா விழித்து எழுந்துவிட்டான். இரும்புப் பாத்திரத்திலிருந்து வெது வெதுப்பான நீரைக் கையால் எடுத்து, கன்னங்களிலிருந்த முந்திய நாள் அழுக்கைத் தேய்த்துப் பரப்பிக்கொண்டான். உலர்வதற்காக முகப்பு வெளிக்கு ஓடினான்.

அம்மா மாட்டுக்கொட்டிலில் காரியமாக இருந்தாள். தாத்தா வெளிச்சுவரை ஒட்டிய மண் திண்ணையில் உட்கார்ந்திருந்தார். மீஷாவைக் கூப்பிட்டார்.

"இந்தா, குட்டிச்சாத்தான், களஞ்சியத்துக்கு அடியில் புகுந்துபார். கோழி அங்கே கொக்கரித்துக் கொண்டிருந்தது. கட்டாயம் முட்டை இட்டிருக்கும்" என்றார்.

தாத்தாவுக்குத் தொண்டு செய்ய மீஷா எப்போதும் ஆயத்தமாய் இருந்தான். தவழ்ந்து களஞ்சியத்துக்கு அடியில் நுழைந்து மறுபுறம் வெளிவந்து சிட்டாய்ப் பறந்து விட்டான்! காய்கறித் தோட்டத்தை மிதித்துத் துவைத்துக் கொண்டு, தாத்தா பார்க்கிறாரா என்று திரும்பி நோக்கியவாறு குளத்திற்கு ஓட்டமெடுத்தான். வேலி வரை ஓடுவதற்குள் காஞ்சொறிச் சுணைகள் அவன் கால்களில் அப்பிவிட்டன. அங்கே தாத்தா அவனை எதிர்பார்த்து முக்கி முனகிக்கொண்டு காத்திருந்தார்.

அப்புறம் பொறுக்கமுடியாமல் போகவே களஞ்சியத்துக்கு அடியில் நுழைந்தார். கோழி எச்சத்தை மேலெல்லாம் தீற்றிக்கொண்டார். புழுக்கம் நிறைந்த இருளில் முகத்தைச் சுளித்துக் கொண்டு, குறுக்குச் சட்டங்களில் தலையை வலியெடுக்கும்படி இடித்துக் கொண்டு கடைசிவரை ஊர்ந்து சென்றார்.

“வடிகட்டின முட்டாள் அடா நீ, மீஷா, மெய்யாகவே தான்!... தேடு தேடென்று தேடுகிறாய், ஒரு பயன் இல்லாமல்!... எங்காவது கோழி இந்த இடத்தில் முட்டையிடுமா? இதோ இங்கே, கல்லுக்கு அடியிலே இருக்க வேண்டும் முட்டை. நீ எங்கே ஊர்ந்து கொண்டிருக்கிறாய், குட்டிச்சாத்தான்?”

தாத்தாவுக்குக் கிடைத்த பதில் நிசப்தம்தான். காற்சட்டையில் ஒட்டிக் கொண்டிருந்த எச்ச உண்டைகளைத் தட்டி உதறிப் போக்கிவிட்டுக் களஞ்சியத்துக்கு அடியிலிருந்து வெளியே வந்தார். கண்களைச் சுருக்கிக் கொண்டு நெடுநேரம் குளத்தின் பக்கம் நோக்கி மீஷாவைக் கண்டு கொண்டு கையை ஆட்டினார்..

குளத்தின் அருகே சிறுவர்கள் மீஷாவைச் சூழ்ந்துகொண்டு கேள்விகள் கேட்கலானார்கள்:

“உன் தகப்பனார் சண்டைக்குப் போனாரா?”

“போனார்.”

“அங்கே அவர் என்ன செய்தார்?”

“அது தெரிந்ததுதானே-சண்டை போட்டார்!..”

“கதைவிடுகிறாய்!... அவர் அங்கே பேன் குத்திக் கொண்டிருந்தார், சமையலறையில் எலும்புகளைக் கறுவினார்!...”

சிறுவர்கள் கெக்கலி கொட்டி நகைத்தார்கள், மீஷாவை விரல்களால் சுட்டினார்கள், சுற்றிலும் குதித்தாடினார்கள். கொடுந் துன்பத்தால் மீஷாவின் விழிகளில் கண்ணீர் ஊற்றெடுத்தது. போதாக் குறைக்குப் பாதிரிமகன் வீத்யா வேறு அவனைக் கடுமையாகப் புண்படுத்தினான்.

“ஆமாம், உன் தகப்பனார் கம்யூனிஸ்டா?” என்று கேட்டான்.

"எனக்குத் தெரியாது..."

"எனக்குத் தெரியும், அவர் கம்யூனிஸ்ட் என்பது. அவர் தன் ஆன்மாவைச் சைத்தானுக்கு விற்றுவிட்டார் என்று என் அப்பா இன்று காலையில் சொன்னார். எல்லாக் கம்யூனிஸ்டுகளையும் சீக்கிரமே தூக்கிலிட்டுவிடுவார்கள் என்றும் சொன்னார்."

குழந்தைகள் பேசாதிருந்தார்கள். மீஷாவுக்கோ நெஞ்சில் சுரீரென்று தைத்தது. அவன் அப்பாவைத் தூக்குப் போடப் போகிறார்களாமே, எதற்காக? பற்களை இறுக அழுத்திக் கொண்டு சொன்னான்:

"எங்க அப்பாகிட்டே ரொம்பப் பெரிய துப்பாக்கி இருக்கிறதே, அவர் எல்லா பூர்ஷுவாக்களையும் கொன்று போட்டு விடுவாரே!"

வீத்யா ஒரு காலை முன்னே வைத்து, "அவர் கை அவ்வளவுக்கு நீளாது! அப்பா அவருக்குப் புனித ஆசி அளிக்க மாட்டார். புனிதத்தன்மை இல்லாமல் அவரால் ஒன்றுமே செய்ய ஏலாது!" என்று பெருமிதத்துடன் கூறினான்.

கடைக்காரன் மகன் புரோஷ்கா மூக்கை விடைத்துக் கொண்டு மீஷாவின் மார்பில் இடித்தான்.

"நீ உன் தகப்பனார் பெருமையைப் பீற்றாதே! புரட்சி கிளம்பியதும் அவர் என் அப்பாவிடம் சாமான்களைப் பறித்துக் கொண்டபோது 'ஆட்சி மட்டும் மாறட்டும், அப்போது இந்த மேய்ப்பன் பமாவை முதலாவதாகக் கொன்று விடுகிறேன்!' என்று என் அப்பா சொன்னார்.

புரோஷ்காவின் தங்கை நத்தாஷா காலைத் தொப்பென்று தரையில் அடித்தாள்.

"பையன்களா, என்ன பார்த்துக்கொண்டிருக்கிறீர்கள்! நொறுக்குங்கள் இவனை!" என்று கூவினாள்.

"நொறுக்கு கம்யூன்காரன் மகனை!..."

"சோரபுத்திரன்!..."

"சக்கை சாறாக வாங்கு இவனை, புரோஷ்கா!"

புரோஷ்கா பிரம்பை வீசியாட்டி மீஷாவின் தோள்மேல் அடித்தான். பாதிரி மகன் வீத்யா காலை இடறினான். மீஷா பின்னே சாய்ந்து தடாரென்று மணலில் விழுந்தான்.

சிறுவர்கள் காட்டுக்கூச்சல் போட்டுக் கொண்டு அவன் மேல் பாய்ந்தார்கள். நத்தாஷா மென் குரலில் கீச்சிட்டுக் கொண்டே மீஷாவின் கழுத்தில் நகங்களால் பறண்டினாள். எவனோ மீஷாவின் வயிற்றில் வலியுண்டாகும்படி உதைத்தான்.

மீஷா புரோஷ்காவைத் தன்மேலிருந்து உதறித் தள்ளி விட்டுத் துள்ளி துள்ளி எழுந்து முயல் நாய்களுக்குப் போக்குக் காட்டுவது போல மணலில் வளைந்து நெளிந்து ஓடி வீட்டுக்குப் பரிந்தான். சிறுவர்கள் பின்னாலிருந்து சீழ்க்கை அடித்தார்கள், யாரோகல் எறிந்தான், ஆனால் துரத்திக் கொண்டு வரவில்லை.

ஆளிச்செடிகளின் அடர்ந்து மண்டிய கூரிய பச்சிலைகள் தலையில் பட்டதுந்தான் மீஷாவுக்குப் போன உயிர் திரும்பி வந்தது. மணம்வீசும் ஈரத் தரையில் உட்கார்ந்து, பறண்டப்பட்ட கழுத்தி லிருந்து இரத்தத்தைத் துடைத்துவிட்டு வாய்விட்டு அழுதான். மேலே, இலைகளின் ஊடாகப் புகுந்து வந்த சூரியன் மீஷாவின் கண்களுக்குள் எட்டிப்பார்க்க முயன்றது, கன்னங்களில் வழிந்திருந்த கண்ணீரை உலர்த்தியது, பறட்டைச் சடைக் கற்றைகள் அடர்ந்த அவனுடைய உச்சந்தலையில் அம்மாவைப்போலக் கொஞ்சலாக முத்தமிட்டது.

கண்ணீர் அடங்கி உலரும்வரை, வெகு நேரம் உட்கார்ந்திருந்தான். அப்புறம் எழுந்திருந்து மெதுவாக வீட்டுக்கு நடந்தான்.

கொட்டகையில் அப்பா வண்டிச் சக்கரங்களுக்குத் தார்பூசிக் கொண்டிருந்தான். அவனுடைய தொப்பி பிடர்த் தலைக்குப் போய் விட்டது, நாடாக்கள் தொங்கின, மார்பில் வெள்ளைக் கோடு கள் போட்ட நீலச் சட்டை இலகியது. மீஷா ஒரு பக்கமாகக் கிட்டே போய் வண்டி அருகே நின்றான். வெகுநேரம் பேசாதிருந்தான். கொஞ்சம் துணிவடைந்து தகப்பனின் கரத்தைத் தொட்டான்.

“அப்பா, நீ சண்டையில் என்ன செய்தாய்?” என்று தணிந்த குரலில் வினவினான்.

தகப்பன் செம்பழுப்பு மீசைக்குள் முறுவலித்து,

“போரிட்டேன், மகனே!” என்றான்.

“ஆனால் பையன்கள்.. பையன்கள் சொல்லுகிறார்கள், நீ, அங்கே பேன்களை மட்டும்தான் சுடக்கினாயாம்!...”

கண்ணீர் மீண்டும் மீஷாவின் தொண்டையில் அடைத்துக் கொண்டது. தகப்பன் கடகடவென்று சிரித்து மீஷாவைக் கையில் தூக்கிக் கொண்டான்.

“பொய் சொல்லுகிறார்கள் அவர்கள், என் கண்ணே! நான் கப்பலில் படை வேலை செய்தேன். பெரிய கப்பல் கடலில் போகும், அதில்தான் நான் வேலை செய்தேன். அப்புறம் சண்டை போட்டேன்.

“யாரோடு நீ சண்டை போட்டாய்?”

“பணக்கார கனவான்களோடு சண்டை போட்டேன், என் அருமை மகனே. நீ இன்னும் சின்னவன், அதனால் உனக்காக நான் போர்முனைக்குப் போக வேண்டி வந்தது. இதைப் பற்றிப் பாட்டுக்களும் பாடுகிறார்களே.”

அப்பன் புன்னகைத்து, மீஷாவைப் பார்த்துக் கொண்டு காலால் தாளம் போட்டபடி மெல்லப் பாடலானான்:

“ஓ மீஷா, மீஷா ஒன்று கேள் என் மீஷா!
போகாதே நீ போருக்கு, போகட்டும் உன் அப்பன் தான்.
முதியவன் உன் அப்பன், வாழ்ந்து முடித்துவிட்டானே.....
இளையவன் நீ, இன்னமும் மணம் முடிக்க வில்லையே....”

பையன்கள் தனக்கு ஏற்படுத்திய மனப்புண்ணை மீஷா மறந்துவிட்டுக் கலகலவென்று நகைத்தான். அம்மா துடைப்பம் கட்டும் சைபீரியப் புற்கள் போல அப்பாவின் செம்பழுப்பு மீசை உதட்டுக்கு மேல் குத்திட்டு நின்றதும், மீசைக்கு அடியில் உதடுகள் வேடிக்கையாக அசைந்ததும், வாய் கரிய வட்டக் குழிபோலத் திறந்ததுமே அவனுக்குச் சிரிப்பூட்டின.

“நீ இப்போது என் வேலைக்கு இடைஞ்சல் செய்யாதே, மீஷாக் குட்டி. நான் வண்டியைச் செப்பனிடப்போகிறேன். ராத்திரி தூங்கப்போவதற்கு முன் போரைப்பற்றி உனக்கு எல்லாம் சொல்லுகிறேன்!” என்றான் தகப்பன்.

* * *

ஸ்தெப்பி வெளியில் செல்லும் நீண்ட, அத்துவானமான சாலை போல இழுத்துக் கொண்டு போயிற்று பகல். பொழுது சாய்ந்தது. மந்தை கிராமத்தின் வழியே திரும்பி வந்தது. புழுதி அடங்கிற்று. கருமையாகிவிட்ட வானத்திலிருந்து கூச்சத்துடன் எட்டிப் பார்த்தது முதலாவது விண்மீன்.

மீஷா பொறுமையிழந்து துடித்துக் கொண்டிருந்தான். அம்மாவோ, ஏதோ வேண்டுமென்றே போல, வெகு நேரம் பசுவுடன் பாடு பட்டுக் கொண்டிருந்தாள், வெகு நேரம் பாலை வடிகட்டினாள், நிலவறைக்குள் புகுந்துகொண்டாள், அங்கே சரியாக ஒரு மணி நேரம் என்னவோ குடைந்து கொண்டிருந்தாள். மீஷா அவளருகே நிலைகொள்ளாமல் சுற்றிவந்து கொண்டிருந்தான்.

“சீக்கிரமாகச் சாப்பிடப் போகிறோமா இல்லையா?”

“எல்லாம் வேளையில் கிடைக்கும், ஊர்சுற்றிப் பயலே. ஏன், பசியெடுத்துவிட்டதோ?...”

மீஷாவோ அவளை விட்டு ஓர் அடிகூடப் பின் தங்கவில்லை. அம்மா நிலவறைக்குள் போனாள், அவனும் பின்னோடு போனான். அம்மா சமையலறை சென்றாள், அவனும் நிழல் போல் தொடர்ந்தான். அட்டையாய் ஒட்டிக்கொண்டு ஆடைத்தலைப்பில் ஒண்டிக் கொண்டு அம்மா பின்னாலேயே வளைய வந்தான்.

“அம்ம்-மா-ஆ! சீக்கிரம் சாப்பிடப் போகிறோமா?”

“அட என்னை விட்டுத் தொலையடா ஒட்டுச் சொறி!... இரையெடுக்க வேண்டும் போலிருந்தால் ரொட்டித் துண்டை எடுத்து விழுங்கேன்!”

ஆனால் மீஷா ஓயவில்லை. அம்மா கையால் ணங்கென்று மண்டையில் வாங்கிக்கொண்ட குட்டு கூடப் பயன் அளிக்கவில்லை.

சாப்பாட்டின் போது பால் கஞ்சியை எப்படியோ அவசர அவசரமாகக் குடித்துவிட்டு ஒரு பாய்ச்சலில் அறைக்குப் போய்விட்டான். கால் சட்டையைக் கழற்றிப் பெட்டிக்கு அப்பால் வெகு தூரத்தில் கடாசிவிட்டு, ஓடித் துள்ளிக் கட்டிலில் விழுந்து, பல வண்ண ஒட்டுத்துணிகள் சேர்த்துத் தைத்த அம்மாவின் போர்வைக்குள் புகுந்து கொண்டான். அங்கே ஒளிந்துகொண்டு, போரைப் பற்றிச் சொல்வதற்கு அப்பா எப்போது வருவார் என்று எதிர்பார்த்துக் காத்திருந்தான்.

தாத்தா தெய்வப்படங்களுக்கு முன் நின்று பிரார்த்தனைகளை வாய்க்குள் சொல்லிவிட்டு முடி தரையில் பட வணக்கம் செலுத்தினார். மீஷா தலையைத் தூக்கிப் பார்த்தான். தாத்தா சிரமத்துடன் முதுகை வளைத்து, இடதுகை விரல்களைத் தரைப் பலகையில் ஊன்றிக் கொண்டு நெற்றியால் தரையில் டங்கென்று முட்டிக்கொண்டார்! மீஷா அதற்கு இசைந்தாற்போல முழங்கையால் சுவற்றில் டப்பென்று இடித்தான்.

தாத்தா மறுபடி வாய்க்குள் முணுமுணுத்து விட்டு நெற்றியைத் தரையில் மோதிக்கொண்டார். மீஷா சுவற்றில் இடித்தான். தாத்தாவுக்குக் கோபம் வந்துவிட்டது. மீஷா பக்கம் திரும்பினார்.

“உன்னை என்ன செய்கிறேன் பார், கடைத் தேறா ஜென்மமே-ஆண்டவா, என்னை மன்னிப்பாயாக!... இன்னொரு தரம் இடி, நான் உன்னைக் குட்டுகிறேன்!” என்று சீறினார்.

சச்சரவு மூண்டிருக்கும், ஆனால் அதற்குள் அறைக்குள் அப்பன் வந்துவிட்டான்.

“ஏனடா மீஷாக்குட்டி, எதற்காக நீ இங்கே படுத்துக் கொண்டிருக்கிறாய்?” என்று கேட்டான்.

“நான் அம்மா கூடத் தூங்குகிறேன்.”

தகப்பன் கட்டிலில் உட்கார்ந்து பேசாமல் மீசையை முறுக்கினான். அப்புறம், சற்று சிந்தித்து விட்டு, "நான் உனக்குத் தாத்தாவுடன் பக்கத்து அறையில் படுக்கை போட்டிருக்கிறேனே" என்றான்.

"தாத்தா பக்கத்தில் நான் படுத்துக்கொள்ள மாட்டேன்."

"ஏனாம்?"

"அவர் மீசையிலிருந்து படு மோசமான புகையிலை நாற்றம் அடிக்கிறது!"

தகப்பன் மறுபடி மீசையை முறுக்கிப் பெருமூச்சு விட்டான்.

"இல்லை மகனே, நீ தாத்தா பக்கத்தில் படுத்துக்கொள் இனிமேல்."

மீஷா போர்வையைத் தலைக்கு மேல் இழுத்து விட்டுக் கொண்டு ஒற்றைக் கண்ணால் வெளியே பார்த்தவாறு மனத்தாங்கலுடன் சொன்னான்:

"அப்பா, நேற்றைக்குத்தான் நீ என் இடத்தில் படுத்துக் கொண்டாயே. இன்றைக்கு நீ தாத்தா பக்கத்தில் படுத்துக்கொள்ளேன்..."

கட்டிலில் உட்கார்ந்து கைகளால் தகப்பனின் தலையைக் கட்டிக்கொண்டு, "நீ தாத்தா கூடப்படுத்துக்கொள் இல்லா விட்டால் அம்மா உன் பக்கத்தில் தூங்க மாட்டாள்! உன்னிட மிருந்தும் புகையிலை நெடி அடிக்கிறது!" என்று கிசுகிசுத்தான்.

"நல்லது அப்படியே ஆகட்டும். தாத்தா கூடப்படுத்துக் கொள்கிறேன். ஆனால் போர் பற்றி ஒன்றும் சொல்ல மாட்டேன்."

தகப்பன் எழுந்து சமையலறைக்குப் போய் விட்டான்.

"அப்பா!"

"ஊம்?"

"சரி, இங்கேயே படுத்துக்கொள்" என்று பெருமூச்சுடன் சொல்லிவிட்டு மீஷா எழுந்தான். "யுத்தத்தைப் பற்றிச் சொல்லுவாய் அல்லவா?"

"சொல்லுவேன்."

தாத்தா சுவரோரமாகப் படுத்துக் கொண்டு, மீஷாவை விளிம்போரமாகப் படுக்கப் போட்டார். சிறிது நேரம் பொறுத்து அப்பா வந்தான். பெஞ்சியைக் கட்டிலருகே இழுத்துப் போட்டுக் கொண்டு அதில் உட்கார்ந்து நாற்றச் சுருட்டைப் புகைக்கலானான்.

"கேள், யுத்தம் எப்படி இருந்தது என்று... நமது அடிகளத்துக்குப் பின்னாலே கடைக்காரனின் வயல் இருந்ததே ஒருகாலத்தில், நினைவு இருக்கிறதா?..."

மணம் கமழும், உயரமான கோதுமைப் பயிருக்கிடையே முன்னர் தான் ஓடிச் சாடியது மீஷாவுக்கு நினைவு வந்தது. அடிகளத்தின் தடுப்புக் கற்சுவர் மேல் ஏறி அப்பால் குதிப்பான், அங்கே கோதுமை வயல். கோதுமைப் பயிர் அவன் தலையை மூடிவிடும், கனத்த, கருமீசைக் கதிர்கள் அவன் முகத்தில் கிச்சு கிச்சு மூட்டும். புழுதியும் சாமந்தி மலரும் ஸ்தெப்பிக் காற்றும் கலந்த மணம் வீசும்.

"மீஷா, கோதுமை வயலில் ரொம்பத் தூரம் போகாதே, வழி தவறி விடப் போகிறது!" என்று அம்மா அடிக்கடி சொல்லுவாள்...

தகப்பன் சற்று நேரம் பேசாது இருந்துவிட்டு மீஷாவின் தலையை நோக்கியவாறு சொன்னான்:

"நீ என்னோடு மணல் குன்றுக்கு வண்டியில் வந்தாயே, நினைவு இருக்கிறதா? நமது கோதுமை அங்கே இருந்தது..."

மறுபடியும் மீஷா நினைவுகளில் ஆழ்ந்தான்: மணல் குன்றுக்கு மறுபுறம், சாலையோரமாக இருந்தது, குறுகிய, கோணலான கோதுமைவயல், மீஷா தகப்பனுடன் அங்கே போய்ப் பார்த்த போது வயல் எல்லாம் கால்நடைகளால் மிதித்துத் துவைக்கப் பட்டிருந்தது. கதிர்கள் சேறு மண்டிய குவைகளாகத் தரையோடு நசுக்கித் தேய்க்கப்பட்டுக் கிடந்தன. வெற்றுத் தண்டுகள் மட்டுமே காற்றில் அசைந்தாடின. அவ்வளவு பெரியவனும் பலசாலியுமான தகப்பன் பயங்கரமாக முகத்தைச் சுளித்ததும் அவனுடைய புழுதி படிந்த கன்னங்களில் சொட்டுச் சொட்டாகக் கண்ணீர் வழிந்ததும்

மீஷாவுக்கு நினைவு வந்தன. அவனைப் பார்த்து மீஷாவும் அப்போது அழுதான்....

திரும்புகாலில் தகப்பன் முலாம்பழத் தோட்டக்காரனிடம், "சொல்லு பெதோத், என் கோதுமைப்பயிரில் கால்நடைகளை ஓட்டிப் பாழ்படுத்தியவன் யார்?" என்று கேட்டான்.

முலாம்பழத் தோட்டக்காரன் காலடியில் துப்பினான்.

"கடைக்காரன் மாடுகளைச் சந்தைக்கு ஓட்டிச் செல்லும் போது வேண்டுமென்றே உன் வயலில் விரட்டிவிட்டான்" என்று பதிலளித்தான்....

...தகப்பன் பெஞ்சியைக் கட்டிலுக்கு இன்னும் அருகில் நகர்த்திக் கொண்டு சொல்லத் தொடங்கினான்:

கடைக்காரனும் மற்ற எல்லாப் பணக்காரர்களும் நிலம் முழுவதையும் கைப்பற்றிக் கொண்டு விட்டார்கள். ஏழைகள் விதைத்துப் பயிர் செய்வதற்கு ஒன்றுமே இல்லை. இந்த மாதிரி நம் ஊர் ஒன்றில் மாத்திரம் அல்ல, எங்குமே இருந்தது. அப்போது அவர்கள் நம்மை ரொம்ப ரொம்பக் கொடுமைப்படுத்தினார்கள்.... பிழைப்பு நடத்துவது அரும்பாடாக இருந்தது. நான் மந்தையை மேய்த்தேன். அப்புறம் இராணுவ சேவைக்கு என்னை எடுத்துக் கொண்டு விட்டார்கள். இராணுவத்தில் என் பாடு மிக மோசமாயிருந்தது. அற்ப விஷயங்களுக்கெல்லாம் ஆபீசர்கள் என் முகத்தில் அறைந்தார்கள்.... அப்புறம் போல் ஷெவிக்குகள் வந்தார்கள். அவர்கள் எல்லோரிலும் முதல்வர், லெனின் என்ற பெயருடையவர். பார்ப்பதற்கு என்னவோ அவர் அப்படி ஒன்றும் பிரமாதமானவர் அல்ல, சாதாரணக் குடியானவர்கள் ஆகிய நம்மைச் சேர்ந்தவர் என்றாலும் மூளையில் அறிவாளிகளை யெல்லாம் மிஞ்சுபவர். போல்ஷெவிக்குகள் எங்களுக்கு முன்னே வைத்த அபார புத்தி சாதுரியம் நிறைந்த தர்க்கங்களை நாங்கள் திறந்த வாய் மூடாமல் கேட்டுக்கொண்டிருந்தோம். 'குடியானவர்களே, தொழிலாளர்களே, என்ன நீங்கள், தன் நிலை மறந்து வாளாவிருக்கிறீர்கள்?... முதலாளிகளையும் அதிகாரிகளையும் குப்பைத் துடைப்பத்தால் புடைத்து கழுத்தில் கையைக் கொடுத்து நெட்டித் தள்ளிவிரட்டுங்கள்! எல்லாம் உங்களுடையது!' என்றார்கள்...

"இந்தச் சொற்களால் அவர்கள் எங்களை வசப்படுத்தி விட்டார்கள். சொத்துக்காரர்களை நாங்கள் விரட்டியடித்து விட்டோம், மெய்யாகவே. முதலாளிகளிடமிருந்து நிலத்தையும் சொத்துக்களையும் பிடுங்கிக் கொண்டோம். ஆனால் அவர்களுக்குக் கழிசடை வாழ்க்கை திகட்டிப் போய் விட்டது, யுத்தத்தினால் எங்களுக்கு, குடியானவர்களுக்கும் தொழிலாளர்களுக்கும் எரிச்சல் அளவு கடந்து பொங்கிவிட்டது. புரிகிறதா மகனே?

"அதே லெனின், அதாவது போல்ஷெவிக்குகளில் முதல்வர், மக்களைத் தட்டி எழுப்பினார்- உழவன் நிலத்தைக் கலப்பையால் உழுது பண்படுத்துவது போல. படைவீரர்களையும் தொழிலாளர் களையும் ஒன்று திரட்டினார், முதலாளிகளை நொறுங்கப் புடைப்பதற்காக! அடேயப்பா, முதலாளிகள் என்ன அடி, என்ன உதை பட்டார்கள்! படைவீரர்களும் தொழிலாளர்களும் செங்காவல் படையினர் என்ற பெயர் பெற்றார்கள். இப்படித் தான் நானும் செங்காவல் படையில் இருந்தேன். நாங்கள் பிரமாண்டமான மாளிகையில் வசித்தோம். ஸ்மோல்னிய் என்பது அதன் பெயர். மகனே, அங்கே முகப்புக் கொட்டகை ரொம்ப நீளம், அறைகள் எத்தனை எத்தனையோ, அதனால் வழிதவறக் கூடும், அவ்வளவு நிறைய.

"ஒரு நாள் ராத்திரி நான் வாசலில் நின்று காவல் செய்து கொண்டிருந்தேன். வெளியில் கடுங்குளிர். என்னிடமோ, ஒரு மேல்கோட்டு மட்டுமே. கீழே தள்ளி விடும் போலக் காற்று... அந்த வீட்டிலிருந்து இரண்டு ஆட்கள் வெளியே வந்து என்னைக் கடந்து சென்றார்கள். அவர்கள் என்னை நெருங்கியதும் அவர்களில் ஒருவர் லெனின் என்று நான் கண்டுகொண்டேன். அவர் என் பக்கத்தில் வந்து, 'உமக்குக் குளிராயில்லையா, தோழரே?' என்று பரிவோடு கேட்டார்.

"இல்லை, தோழர் லெனின். இந்தக் குளிர் மட்டும் அல்ல,' எப்பேர்ப்பட்ட பகைவர்களும் நம் உறுதியைத் தகர்க்க முடியாது! நாம் ஆட்சி அதிகாரத்தை நம் கையில் எடுத்துக்கொண்டது அதை பூர்ஷ்வாக்களிடம் ஒப்படைப்பதற்காக இல்லையே!...' என்று நான் அவரிடம் சொன்னேன்.

"அவர் கடகட வென்று சிரித்து என் கையைப் பற்றி அழுத்திக் குலுக்கினார். அப்புறம் மெள்ள வாயில் பக்கம் நடந்து போய் விட்டார்."

தகப்பன் சற்று நேரம் பேசாதிருந்தான், கோட்டுப் பைக்கு உள்ளிருந்து புகையிலைப் பையை எடுத்தான், காகிதத்தைச் சரசரக்கச் செய்தான், புகை பிடிப்பதற்காகத் தீக்குச்சியைக் கிழித்தான். அவனுடைய குத்திட்ட செம்பழுப்பு மீசைமேல், காலை வேளையில் காஞ்சொறி இலை மேல் தொங்குமே பனித்துளி, அதைப் போன்ற, தூய, பளபளப்பான கண்ணீர்த் துளியை அப்போது மீஷா கண்டான்.

"அப்பேர்ப்பட்டவராக்கும் அவர். எல்லார் விஷயத்திலும் கவலை எடுத்துக்கொண்டார். ஒவ்வொரு சிப்பாயின் நலத்துக்காகவும் உளமாரப் பாடுபட்டார்... இதற்குப் பிறகு நான் அவரை அடிக்கடி கண்டேன். என்னைக் கடந்து போகும் போது, தூரத்திலிருந்தே என்னைப் பார்த்து, புன்னகை செய்வார்.

"'அப்படியானால் பூர்ஷ்வாக்களால் நம் உறுதியைத் தகர்க்க முடியாது என்கிறீர்களா, ஊம்?' என்று கேட்பார்.

"'அவர்களுக்குக் கையாலாகாது, தோழர் லெனின்!' என்பேன்.

"அவர் சொன்னபடியேதான் ஆயிற்று, மகனே! நிலத்தையும் தொழிற்சாலைகளையும் நாம் எடுத்துக்கொண்டோம், பணக்காரர்களை நம் இரத்தத்தை உறிஞ்சியவர்களை-இடுப்பில் உதைத்து விரட்டி விட்டோம்!... நீ பெரியவன் ஆன பிறகு மறந்துவிடாதே-உன் அப்பன் கடற்படை வீரனாக இருந்தான், கம்யூனிஸ சமூகத்துக்காக நான்கு வருஷங்கள் உதிரம் பெருக்கினான் என்பதை. ஆண்டுகள் சென்ற பின்பு நானும் இறந்து போவேன், லெனினும் காலமாகி விடுவார். ஆனால் எங்கள் செயல் என்றென்றைக்கும் வாழும்!... நீ பெரியவன் ஆனதும் சோவியத் ஆட்சி அதிகாரத்திற்காக உன் அப்பன் போரிட்டது போலவே போரிடுவாயா?"

"போரிடுவேன்!" என்று கத்தினான் மீஷா. கட்டிலில் துள்ளி எழுந்தான், நின்று தகப்பன் கழுத்தைக் கட்டிக் கொள்ள விரும்பியவன், அண்டையில் தாத்தா படுத்திருப்பதை மறந்து அவருடைய வயிற்றை மிதித்துவிட்டான்.

தாத்தா போட்டாரே கூச்சல்! கையை நீட்டி மீஷாவின் மண்டையில் குட்ட வந்தார், ஆனால் தகப்பன் மீஷாவைத் தூக்கி அறைக்கு எடுத்துப் போய்விட்டான்

மீஷா அவன் கைகளிலேயே உறங்கிப் போனான். விசித்திர மனிதர் லெனினைப் பற்றியும் போல்ஷெவிக்குகளைப் பற்றியும் யுத்தத்தைப் பற்றியும் கப்பல்களைப் பற்றியும் ஆரம்பத்தில் நீண்ட நேரம் எண்ணமிட்டான். தொடக்கத்தில் தூக்கத்திற்கிடையே அடங்கிய குரல்களைக் கேட்டான், வியர்வை, புகையிலை ஆகியவற்றின் இனிய மணத்தை முகர்ந்தான், அப்புறம் கண்கள் செருகிக்கொண்டன, யாரோ உள்ளங்கைகளால் அழுத்தியதுபோல இமைகள் ஒட்டிக்கொண்டன.

தூங்குவதற்கு முன் கனவில் ஒரு நகரைக் கண்டான்: வீதிகள் அகலமானவை. கோழிகள் சிதறிய சாம்பலில் குளிக்கின்றன. கிராமத்திலேயே கோழிகள் ஏராளம், நகரத்திலோ இன்னும் எவ்வளவோ அதிகம். வீடுகள் அப்படியே அப்பன் வருணித்தவை போலவே: ரொம்பப் பெரிய வீடு, புத்தம் புது நாணல் வேய்ந்தது. அதன் புகைப் போக்கியின் மேல் இன்னொரு வீடு, அந்த வீட்டின் புகைப்போக்கி மேல் இன்னும் ஒன்று, எல்லாவற்றுக்கும் மேலே உள்ள வீட்டின் புகைப்போக்கி நேரே ஆகாயத்துக்குள்ளே துளைத்துக் கொண்டு போயிருக்கிறது.

மீஷா வீதியோடு போகிறான். தலையைத் தூக்கிச் சுற்று முற்றும் பார்க்கிறான். திடுதிப்பென்று எங்கிருந்தோ அவனுக்கு எதிரே கன வேகமாக வருகிறார் உயரமான மனிதர், சிவப்புச் சட்டை போட்டுக்கொண்டு

"ஏனப்பா, மீஷா, எதற்காக வெட்டியாகச் சுற்றிக் கொண்டிருக்கிறாய்?" என்று மிகவும் கனிவுடன் கேட்கிறார்.

"தாத்தா என்னை விளையாட விட்டிருக்கிறார்" என்று மீஷா பதில் சொல்லுகிறான்.

"நான் யார் என்பது உனக்குத் தெரியுமா?"

"இல்லை, தெரியாது."

"நான் தான் தோழர் லெனின்!"

மீஷாவின் முழங்கால்கள் திகிலால் துவண்டு வளைகின்றன. கம்பி நீட்டப் பார்க்கிறான். ஆனால் சிவப்புச்சட்டைக்காரர் அவன் சட்டைக் கையைப் பற்றிகொள்கிறார்.

"மீஷா, உனக்குக் கடுகத்தனைகூட வெட்கம் இல்லை! நான் ஏழைகளுக்காகப் போராடுகிறேன் என்பது உனக்கு நன்றாகத் தெரியும். இருந்தாலும் நீ என் படைவீரனாகச் சேரமாட்டேன் என்கிறாயே, ஏனாம்?" எனக் கேட்கிறார்.

"தாத்தா என்னை விட மாட்டேன் என்கிறார்" என்று சப்பைகட்டுகிறான் மீஷா

"நல்லது, உன் இஷ்டம். ஆனால் நீ இல்லாமல் என் வேலை ஒழுங்குபட மாட்டேன் என்கிறது! நீ என் படை வீரனாகச் சேர வேண்டியதுதான், எல்லாம் சரியாகிவிடும்!" என்று சொல்லுகிறார் தோழர் லெனின்.

மீஷா அவர் கையைப் பிடித்துக்கொண்டு மிகவும் உறுதியாகக் கூறுகிறான்:

"சரி, ஆகட்டும். நான் அனுமதி இல்லாமலே உன் படைவீரனாகச் சேர்ந்து கொண்டு ஏழை மக்களுக்காகப் போரிடுவேன். ஆனால் இதற்காகத் தாத்தா என்னை மிலாறினால் அடிக்க வந்தால் அப்போது நீ எனக்குப் பரிந்து பேச வேண்டும்!..."

"கட்டாயமாகப் பரிந்து பேசுகிறேன்!" என்று சொல்லிவிட்டு வீதியோடு போய்விட்டார் தோழர் லெனின். சந்தோஷமிகுதியால் தனக்கு மூச்சு திணறுவதையும் தான் திக்குமுக்காடுவதையும் மீஷா உணர்ந்தான். ஏதோ கத்த வாயெடுத்தான் ஆனால் நாக்கு வறண்டு போயிருந்தது...

மீஷா படுக்கையில் நடுங்கினான், தாத்தாவைக் கால்களால் உதைத்தான், பின்பு விழித்துக்கொண்டான்.

தாத்தா தூக்கத்தில் முனகியவாறு உதடுகளை மென்றார். குளத்துக்கப்பால் வானம் மென்மையாக வெளுப்பதும் கிழக்கிலிருந்து மிதந்துவரும் மேகங்கள் ரோஜா நிற இரத்த நுரை போலச் சுருண்டு படர்வதும் ஜன்னல் வழியே புலனாயின.

* * *

அன்றுமுதல் ஒவ்வோர் இரவிலும் தகப்பன் மீஷாவுக்கு யுத்தத்தைப் பற்றியும் லெனினைப் பற்றியும் தான் போன இடங்களைப் பற்றியும் கதை கதையாய்ச் சொல்லுவான்.

சனிக்கிழமை மாலையில் நிர்வாகக் கமிட்டிக் காவலன் குள்ளமான ஒரு மனிதரை வீட்டுக்கு இட்டுவந்தான். அந்த மனிதர் அந்த மனிதர் ராணுவ மேல்கோட்டு அணிந்திருந்தார், நீளமான தோல்பையைக் கக்கத்தில் இடுக்கிக் கொண்டிருந்தார்.

காவலன் தாத்தாவை அருகே அழைத்து, "சோவியத் ஊழியரான இந்தத் தோழரை உங்கள் வீட்டுக்குக் கூட்டி வந்திருக்கிறேன். இவர் நகரத்திலிருந்து வந்திருக்கிறார், நம் ஊரில் இராத் தங்குவார். அவருக்கு உங்கள் வீட்டில் சாப்பாடு போடுங்கள், தாத்தா" என்றான்.

"அதற்கு ஒன்றும் தடையில்லை. ஆனால் ஸ்ரீமான் தோழரே, உங்களிடம் ஆணைப் பத்திரம் இருக்கிறது அல்லவா?" என்று கேட்டார் தாத்தா.

தாத்தாவின் கல்வியறிவு மீஷாவை வியப்பில் ஆழ்த்தியது. வாயில் விரலை வைத்துக்கொண்டு பேச்சைக் கேட்பதற்காக நின்றான்.

"இருக்கிறது, தாத்தா, எல்லாம் இருக்கிறது!" என்று சொல்லி விட்டுத் தோல்பைக்காரர் அறைக்குள் போனார்.

தாத்தா அவரைத் தொடர்ந்தார், மீஷா தாத்தாவைத் தொடர்ந்தான்.

“நீங்கள் என்ன காரியமாக எங்கள் ஊருக்கு வந்திருக்கிறீர்கள்?” என்று வழியில் கேட்டார் தாத்தா.

“மறுதேர்தலை நடத்திவைப்பதற்காக வந்திருக்கிறேன். கிராம சோவியத் தலைவரையும் உறுப்பினர்களையும் தேர்ந்தெடுக்கப் போகிறோம்.”

சற்று நேரத்துக்குப் பின் அப்பன் அடிகளத்திலிருந்து வந்தான். வேற்றாளுக்கு முகமன் கூறிவிட்டுச் சாப்பாட்டுக்கு ஏற்பாடு செய்யும்படி அம்மாவிடம் சொன்னான். சாப்பிட்ட பிறகு அப்பனும் வேற்றாளும் பெஞ்சில் அக்கம் பக்கமாக உட்கார்ந்து கொண்டார்கள். வேற்றாள் தோல் பைக் கொக்கியைக் கழற்றி அதற்குள்ளிருந்து ஒரு காகிதக் கட்டை எடுத்து அப்பனுக்குக் காட்டத் தொடங்கினார். மீஷாவால் ஆவலை கொண்டு அடக்க முடியவில்லை. பக்கத்தில் இடுங்கி நெளிந்து கொண்டு எட்டிப் பார்க்க முயன்றான். தகப்பன் ஒரு காகிதத்தை எடுத்து மீஷாவுக்குக் காட்டினான்.

“பார் மீஷா, இவர்தான் லெனின்!”

மீஷா தகப்பன் கையிலிருந்து அட்டைக் காகிதத்தை வெடுக்கென்று பிடுங்கிக் கொண்டு அதைக் கண்ணாரப் பருகினான். வியப்பினால் அவன் வாய் திறந்துவிட்டது. நின்று கொண்டிருக்கும் ஒரு மனிதரின் முழு உருவமும் காகிதத்தில் பதிந்திருந்தது. அவர் உயரமற்றவர், சிவப்புச் சட்டைகூட இல்லை, சாதாரணக் கோட்டுத்தான் போட்டிருந்தார். ஒரு கையைக் காற்சட்டைப் பைக்குள் நுழைத்திருந்தார், மற்றக் கையால் முன்னே எதையோ சுட்டிக் கொண்டிருந்தார். மீஷா அவர்மீது பார்வையை நாட்டினான், ஒரே கணத்தில் யாவற்றையும் உணர்ந்து கொண்டான்; வளைந்த புருவங்கள், பார்வையிலும் உதடுகளின் ஓரங்களிலும் மறைந்திருந்த புன்னகை ஆகியவற்றை உறுதியாக, மொத்தமாக, என்றென்றைக்கும் நினைவில் பதித்துக்கொண்டான். முகத்தின் ஒவ்வொரு தோற்றச் சிறப்பையும் ஞாபகத்தில் இருத்திக்கொண்டான்.

வேற்றாள் மீஷா கையிலிருந்து அட்டைக் காகிதத்தை எடுத்துத் தோல்பைக்கு உள்ளே வைத்துப் பூட்டிவிட்டுத் தூங்கப்

போனார் உடைகளைக் கழற்றிவிட்டுப் படுத்து மேல்கோட்டால் உடம்பைப் போர்த்திக்கொண்டு உறங்கத் தொடங்கியவர், கதவு கிறீச்சிடுவதைக் கேட்டுத் தலையைத் தூக்கினார்.

"யார் அது?"

தரையில் யாரோ வெறுங்கால்களால் நடக்கும் ஓசை கேட்டது.

"யார் அங்கே?" என்று மறுபடி வினவினார். கட்டிலின் அருகே திடீரென மீஷாவைக் கண்டார்.

"உனக்கு என்ன வேண்டும், பையா?"

மீஷா நிமிட நேரம் பேசாது நின்று கொண்டிருந்தான். பின்பு தைரியத்தை வரவழைத்துக் கொண்டு, "நீ மாமா, வந்து... நீ இருக்கிறாயே.. லெனினை எனக்குக் கொடு!" என்று கிசுகிசுத்தான்.

வேற்றாள் மௌனமாக, கட்டிலிலிருந்து தலையைத் தொங்கப் போட்டு மீஷாவை உற்றுநோக்கினார்.

மீஷாவைத் திகில் பற்றிக்கொண்டது. ஒரு வேளை கஞ்சத்தனம் பண்ணிக்கொண்டு கொடுக்க மறுத்து விடுவாரோ? குரல் நடுக்கத்தை அடக்கிக் கொள்ள முயன்றவாறு, அவசரப் பட்டதனால் புரையேற, தணிந்த குரலில் சொன்னான்:

"நீ லெனினை எனக்கே எனக்குக் கொடுத்து விடு, நான் உனக்கு நான் உனக்கு நல்ல தகர டப்பாவை இனாமாகத் தருகிறேன்.. இன்னும் எல்லாப் பகடைக் காய்களையும் கொடுத்து விடுகிறேன்..."-மீஷா மனச்சோர்வுடன் கையை உதறி "எனக்கு அப்பா கொண்டுவந்தாரே நெடுஞ்சோடு, அதையும் உனக்கே தந்துவிடுகிறேன்!" என்றான்.

"ஆமாம், உனக்கு எதற்காக லெனின்?" என்று புன்னகையுடன் வினவினார் அன்னியர்.

"கொடுக்க மாட்டார்!" என்ற எண்ணம் மீஷாவின் மனதில் பளிச்சிட்டது. கண்ணீர் தெரியக்கூடாது என்பதற்காகத் தலையைக் குனிந்து கொண்டு, "எதற்காக என்றால், வேண்டும்!" எனக் கம்மிய குரலில் கூறினான்

வேற்றாள் வாய்விட்டுச் சிரித்து, தலையணைக்கு அடியிலிருந்து தோல்பையை எடுத்து, மீஷாவுக்கு அட்டைக் காகிதத்தைக் கொடுத்தார். மீஷா அதைச் சட்டைக்கு உள்ளே மார்பின்மீது, நெஞ்சோடு மிக மிக இறுக அழுத்திக் கொண்டு ஒரே பாய்ச்சலில் அறையிலிருந்து வெளியேறினான்.

தாத்தா விழித்துக்கொண்டு, "நீ என்னடா அலைந்து திரிகிறாய், நிசாசரப் பயலே? ராத்திரி வேளையிலே பால் குடிக்காதே என்று சொன்னேனே உனக்கு, கேட்டாயா? இப்போது இந்தத் தொல்லை!... குப்பை வாளியிலேயே பெய்து விட்டு வா, நான் உன்னை முற்றத்துக்குக் கொண்டு விடத் தயாராயில்லை!" என்று சிடுசிடுத்தார்.

மீஷா மூச்சுக் காட்டாமல் படுத்துக்கொண்டு, அட்டைக் காகிதத்தை இரண்டு கைகளாலும் அழுத்திக் கொண்டான். எங்கே மடங்கிவிடுமோ என்று அவனுக்குப் பயம்: கசங்கிவிடக் கூடாதே. அப்படியே உறங்கிப் போனான்.

அவனுக்கு விழிப்பு வந்தபோது வெளிச்சமும் இல்லை, விடியவும் இல்லை. அம்மா அப்போது தான் பால் கறந்துவிட்டு மாட்டை மந்தைக்கு ஓட்டினாள். மீஷாவைக் கண்டதும் கைகளைச் சளப்பென்று கொட்டினாள்.

"உனக்கு என்னடா காய்ச்சல் பிடித்து ஆட்டுகிறதா? இவ்வளவு வெள்ளென எதற்காக எழுந்திருந்தாய்?" என்றாள்.

மீஷா அட்டைக் காகிதத்தைச் சட்டைக்கு அடியில் அழுத்தி வைத்துக்கொண்டு அம்மாவைக் கடந்து அடிகளத்துக்குப் போய்க் களஞ்சியத்துக்கு அடியில் நுழைந்தான்.

களஞ்சியத்தைச் சுற்றிலும் அகலிலை புர்டாக் செடிகள் வளர்ந்திருந்தன. கடக்க முடியாத பச்சைச் சுவர்போலக் காஞ்சொறிச் செடிகள் சிலுப்பிக்கொண்டு மண்டியிருந்தன. மீஷா களஞ்சியத்துக்கு அடியில் தவழ்ந்து சென்று புழுதியையும் கோழி எச்சத்தையும் உள்ளங்கையால் துடைத்து அகற்றிவிட்டு, புர்டாக் பழுப்பு ஒன்றைப் பறித்து, அட்டைக் காகிதத்தை அதற்குள் வைத்துச் சுற்றி,

காற்று அடித்துக்கொண்டு போய் விடாமல் இருப்பதற்காக அதன்மேல் கல்லை வைத்தான்.

காலை முதல் மாலை வரை விடாது மழை பெய்தது. வானம் கருநீலத் திரையால் மூடப்பட்டிருந்தது. முகப்புவெளியில் நுரை மிதக்கும் நீர்க் குட்டங்கள் நிறைந்தன. தெருவில் நீரோடைகள் ஒன்றுக்கொன்று போட்டி போட்டுக்கொண்டு பெருகி ஓடின.

மீஷா வீட்டில் உட்கார்ந்திருக்க வேண்டியதாயிற்று. அந்தி மயங்கும் நேரத்தில் தாத்தாவும் தகப்பனும் நிர்வாகக் குழு அலுவலகத்திற்குக் கூட்டத்தில் கலந்துகொள்ளச் சென்றார்கள். தாத்தாவின் முன்விளிம்பு வைத்த தொப்பியைப் போட்டுக் கொண்டு மீஷா அவர்கள் பின்னோடு போனான். நிர்வாகக் குழுவின் அலுவலகம் மாதாகோயிலைச் சேர்ந்த வீட்டில் இருந்தது. கோணல்மாணலான, சேறுபடிந்த படிகள் மேல் முக்கி முனகிக் கொண்டு ஏறி முன்வாயிலை அடைந்து அறைக்குள் புகுந்தான் மீஷா. விட்டத்துக்கு அடியில் சிகரெட்டுப் புகை குமைந்து கொண்டிருந்தது, ஆட்கள் செம்மச் செம்ம நிறைந்திருந்தார்கள். வேற்றாள் ஜன்னல் ஓரமாக மேஜை அருகே உட்கார்ந்து கூடியிருந்த கஸாக்கியருக்கு ஏதோ சொல்லிக் கொண்டிருந்தார். மீஷா மெள்ள மெள்ள நகர்ந்து மறு கோடிக்குப் போய் பெஞ்சியில் உட்கார்ந்தான்.

"பமா கோர்ஷுனாவ் தலைவர் ஆவதற்குச் சாதகமாய் இருப்பவர்கள் யார், தோழர்களே? தயை செய்து கைகளை உயர்த்துங்கள்!"

மீஷாவுக்கு முன்னே உட்கார்ந்திருந்த, கடைக்காரன் மாப்பிள்ளையான புரோகர் லீஸென்கவ் கத்தினான்:

"சக பிரஜைகளே! ... அவனுடைய நியமனத்தை அகற்றி விடும்படி கேட்டுக் கொள்கிறேன். அவன் நடத்தையில் நேர்மை இல்லாதவன். அவன் மேய்ப்பனாக எங்கள் மந்தையைப் பார்த்துக் கொண்டிருந்தபோதே கண்டிக்கப்பட்டிருக்கிறான்...."

செம்மான் பெதோத் ஜன்னல் குறட்டிலிருந்து எழுந்து கைகளை வீசி ஆட்டிக்கொண்டு கத்தியதை மீஷா கண்டான்.

"தோழர்களே, மேய்ப்பன் பமா தலைவன் ஆவதில் பணக்காரர்களுக்கு விருப்பம் இல்லை. ஆனால் அவன் பாட்டாளி, சோவியத் ஆட்சி அதிகாரத்துக்கு ஆதரவாளன், ஆகையால்..."

கதவருகே கும்பலாக நின்று கொண்டிருந்த பணம் படைத்த கஸாக்கியர்கள் கால்களைத் தரையில் உதைத்தார்கள், சீழ்க்கை அடித்தார்கள். நிர்வாகக் குழு அலுவலகத்தில் கூச்சல் கிளம்பியது.

"மேய்ப்பன் வேண்டாம்!"

"இராணுவ சேவையிலிருந்து திரும்பி வந்தவன் ஊருக்கு மேய்ப்பனாக வேலை செய்யட்டுமே!..."

"சைத்தான் வாரிக்கொண்டுபோக பமா கோர்ஷுனாவை!"

பெஞ்சின் பக்கத்தில் நின்றுகொண்டிருந்த தகப்பனின் வெளிறிய முகத்தை நோட்டமிட்டான் மீஷா. தகப்பனுக்காக ஏற்பட்ட திகிலால் தானும் வெளிறிப் போனான்.

வேற்றாள் மேஜையை முட்டியால் குத்தித் தட்டி, "அமைதியாய் இருங்கள், தோழர்களே!... கூட்டத்திலிருந்து வெளியேற்றி விடுவேன்." என்று பெரு முழக்கம் செய்தான்.

"கஸாக்கியர்களில் எங்கள் ஆளைத் தேர்ந்தெடுப்போம்!..."

"தேவை இல்லை!..."

"எங்களுக்கு இஷ்டமில்லை" என்று வசவு திட்டுகளுடன் கூச்சலிட்டார்கள் கஸாக்கியர். கடைக்காரன் மாப்பிள்ளை எல்லோரையும்விட உரக்கக் கத்தினான்.

காதில் கடுக்கனும் மேலே கிழிந்த, நைந்து போன கோட்டும் போட்டிருந்த வாட்டசாட்டமான ஒரு கஸாக்கியன் பெஞ்சி மேல் துள்ளி ஏறி நின்று கொண்டான்.

"சகோதரர்களே!... விஷயத்தின் ரந்திரம் எல்லாம் இதுதான்!... பணக்காரர்கள் தங்கள் மனிதனைத் தலைவர் பதவியில்

அடிபிடி கட்டாயமாக அமர்த்த விரும்புகிறார்கள். அங்கே மறுபடியும்...”

ஹோஹோவென்ற இரைச்சலில் கடுக்கன்காரக் கஸாக்கியன் உரக்கக் கத்திய தனித்தனி வார்த்தைகள் மட்டுமே மீஷாவின் காதில் விழுந்தன:

“நிலத்தை... பங்கீடு ஏழைகளுக்குக் களி மண் பூமி.... செழுமையான கருமண் நிலத்தைத் தாங்கள் எடுத்துக் கொள்வார்கள்...”

“தலைவர் பதவிக்குப் புரோக்கரைத் தேர்ந்தெடுங்கள்!” என்று ஓலமிட்டார்கள் கதவருகுக் கஸாக்கியர்கள்.

“புரோ-ஓ-க-ரை! ஹோ-ஹோ-ஹோ! ஹா-ஹா-ஹாஸ!”

மிகுந்த சிரமத்தின் பேரிலேயே இந்த ஆரவாரம் அடங்கியது. வேற்றாள், புருவங்களைச் சுளித்துக்கொண்டு, எச்சில் தூவானம் தெளித்தவாறு வெகு நேரம் ஏதேதோ பெருங்கத்தலாகக் கத்திக் கொண்டிருந்தார்.

“நிச்சயமாக வைது திட்டுகிறார்” என்று எண்ணிக்கொண்டான் மீஷா.

“பமா கோர்ஷுனாவை யார் ஆதரிக்கிறீர்கள்?” என்று உரக்கக் கேட்டார் வேற்றாள்.

பெஞ்சிகளின் மேலே நிறையக் கைகள் உயர்த்தப்பட்டன. மீஷாவும் கையைத் தூக்கினான். ஒருவன் பெஞ்சிக்குப் பெஞ்சி தாவியவாறு வாய்விட்டு எண்ணினான்:

“அறுபத்து மூன்று, அறுபத்து நான்கு” என்று சொல்லி வந்தவன், மீஷாவைக் கவனிக்காமல் அவனுடைய உயர்த்திய கையை விரலால் சுட்டி, “அறுபத்து ஐந்து!” என்று கூவினான்.

வேற்றாள் காகிதத்தில் ஏதோ எழுதிக்கொண்டு கத்தினான்:

“புரோகர் லீஸென்கவுக்கு ஆதரவாய் இருப்பவர்கள் கைகளை உயர்த்தும்படி கேட்டுக் கொள்கிறேன்!”

இருபத்தேழு பணக்காரக் கஸாக்கியர்களும் அரைவை ஆலைக்காரன் யெகோரும் கூட்டாகக் கைகளை உயர்த்தினார்கள். மீஷா சுற்றுமுற்றும் கண்ணோட்டிவிட்டுத் தானும் கையைத் தூக்கினான். வாக்குகளை எண்ணிக் கணக்கிட்டவன் மீஷாவுக்கு நேரே வந்ததும் ஏற இறங்க நோட்டமிட்டுவிட்டு அவன் காதை வலியெடுக்கும்படி பற்றிக்கொண்டான்.

"அட போக்கிரிப் பயலே!... நடையைக்கட்டு இங்கிருந்து, இல்லாவிட்டால் தூக்கிக் கடாசிவிடுவேன்! தானும் வோட்டுப் போட வந்துவிட்டான்!" என்று அதட்டினான்.

எல்லோரும் வாய்விட்டுச் சிரித்தார்கள். அந்த மனிதனோ மீஷாவை வெளிவாயில் வரை இழுத்துப் போய் முதுகில் கைவைத்துத் தள்ளிவிட்டான். ஒரு தடவை தாத்தாவுடன் ஏதோ சச்சரவின்போது அப்பன் சொன்ன வார்த்தைகள் மீஷாவுக்கு நினைவுவந்தன. சேறுபடிந்த வழுக்கல் படிகளைப் பிடித்துக் கொண்டு இறங்கியவாறே, "இதற்கு உனக்கு உரிமை கிடையாது!" என்று கத்தினான்.

"நான் உனக்குக் காட்டுகிறேன் உரிமை!" என்று பதில் வந்தது.

மனத்தாங்கல் எல்லா மனத்தாங்கல்களையும் போலவே கைப்பாயிருந்தது.

வீட்டுக்கு வந்து மீஷா கொஞ்சம்போல அழுதான், அம்மாவிடம் புகார் செய்தான்.

"போகக் கூடாத இடங்களுக்கு நீ போகாதே! எந்த ஓட்டையைக் கண்டாலும் மூக்கை நுழைக்கிறாய்! நீ எனக்குத் தண்டனையாகத்தான் வந்து வாய்த்திருக்கிறாய், வேறு ஒன்றுமில்லை!" என்று அவள் கோபத்துடன் சீறினாள்.

மறு நாள் நாள் காலையில் சிற்றுண்டி உண்பதற்கு அவர்கள் உட்கார்ந்து சாப்பிட்டு முடிப்பதற்குள் மிகத் தொலைவிலிருந்து, தூரம் காரணமாக மந்தமாக ஒலித்த வாத்திய இசை அவர்கள் காதில் பட்டது. தகப்பன் சிறு கரண்டியை வைத்துவிட்டு மீசையைத்

துடைத்துக்கொண்டே, "இது இராணுவ வாத்திய கோஷ்டியின் இசையாயிற்றே!" என்றான்.

பெஞ்சி போட்டிருக்கும் இடத்திலிருந்து காற்று அடிப்பது போல் இருந்தது மீஷாவுக்கு. முகப்புக் கொட்டகைக் கதவு அடித்துக் கொண்டது.

ஜன்னலுக்கு வெளியே டுப்-டுப்-டுப்-டுப் என்ற ஓசை கேட்டது.

அப்பனும் தாத்தாவும் முகப்பு வெளிக்குச் சென்றார்கள். அம்மா ஜன்னலுக்கு வெளியே பாதி உடம்பை நீட்டிக்கொண்டாள்.

அசைந்தாடும் பச்சை அலைபோலச் செம்படை வீரர்களின் அணிகள் தெருக்கோடியில் பெருகி வந்தன. முன்னாலே வாத்தியக்காரர்கள் பெரிய எக்காளத்தை ஊதிக்கொண்டும் டமாரத்தை அடித்துக்கொண்டும் வந்தார்கள். ஊர் முழுவதும் ஒலி நிறைந்தது.

மீஷாவுக்குத் தலை சுற்றியது. பேந்தப் பேந்த விழித்துக்கொண்டு ஒரே இடத்தில் சுழன்றான். பின்பு ஒரு தாவு தாவி வாத்தியக்காரர்களை நோக்கி ஓட்டம் பிடித்தான். நெஞ்சில் ஏதோ இனிய வேதனை எடுத்தது. தொண்டை தழுதழுத்தது... செம்படை வீரர்களின் புழுதி படிந்த குதூகலம் ததும்பும் முகங்களையும், கனமிடுக்காகக் கன்னத்தை உப்பிக் கொண்டிருந்த வாத்தியக் காரர்களையும் மீஷா ஏறிட்டு நோக்கினான். "இவர்களோடு சேர்ந்து சண்டை போடப் போவேன்!" என்று அக்கணமே திட்டமாக முடிவு செய்தான்.

தான் கண்ட கனவை நினைத்துக் கொண்டான். எங்கிருந்துதான் அவனுக்கு அவ்வளவு துணிச்சல் வந்ததோ தெரியாது. கோடியில் சென்ற படைவீரனின் தோட்டாப் பையைப் பற்றிக் கொண்டான்.

"நீர் எங்கே போகிறீர்? சண்டை போடவா?"

"பின்னே வேறு என்ன? ஆமாம், சண்டை போடத்தான்!"

"யார் தரப்பில் நீர் சண்டை செய்கிறீர்?"

"சோவியத் ஆட்சியின் தரப்பில், அசடே! எங்கே, இப்படி வா, நடுவுக்கு."

படைவீரன் மீஷாவை அணிவரிசையின் நடுவே தள்ளினான். ஒருவன் சிரித்துக்கொண்டே அவனுடைய பரட்டைச் சடைப் பிடரில் தட்டினான், இன்னொருவன் கோட்டுப்பையிலிருந்து அழுக்குப் படிந்த சர்க்கரைக் கட்டி ஒன்றை எடுத்து அவன் வாய்க்குள் திணித்தான். சதுக்கத்தில் முன் வரிசைகளில் எங்கோ இருந்து "நில்!" என்ற கத்தல் கேட்டது.

செம்படை வீரர்கள் நின்றார்கள், சதுக்கத்தில் ஆங்காங்கே பரவலாகச் சிதறினார்கள், பள்ளிக் கூடச் சுற்றுச்சுவர் நிழலில் குளுமையான இடத்தில் நெருக்கமாகப் படுத்துக் கொண்டார்கள். மழித்த தலையும் நெடிய மேனியும் இடையில் உடைவாளுமாக இலகிய ஒரு செம்படை வீரன் மீஷாவிடம் வந்தான்.

"நீ எங்கிருந்து வழி தவறி எங்களிடம் வந்து சேர்ந்தாய்?" என்று புன்னகையுடன் உதடுகளைச் சுருக்கிக்கொண்டு கேட்டான்.

மீஷா பெருமிதத் தோற்றத்தை வருவித்துக் கொண்டான், நழுவிய கால்சட்டையைத் தூக்கி விட்டுக் கொண்டான்.

"நான் உங்களோடு சேர்ந்து சண்டை போட வருகிறேன்!"

"தோழர் கம்பாத்,* இவனைத் துணைவனாக ஏற்றுக்கொள்ளும்!" என்று கத்தினான் ஒரு செம்படை வீரன்.

எல்லோரும் கட கட வென்று சிரித்தார்கள். மீஷா அடிக்கடி இமைகளைக் கொட்டினான். ஆனால் "கம்பாத்" என்னும் விசித்திரப் பெயர்கொண்ட மனிதன் புருவங்களைச் சுளித்துக் கண்டிப்பாகக் கூறினான்:

"எதற்கப்பா கனைக்கிறீர்கள், மடையர்களா? நாம் இவனைக் கட்டாயமாகச் சேர்த்துக்கொள் வோம், சந்தேகமே கிடையாது. ஆனால் ஒன்று..." 'கம்பாத்' மீஷா பக்கம் திரும்பி மேலே

---

* கம்பாத்-கமாந்தீர் பாத்தாலியோனா (பட்டாளத் தளபதி) என்ற சொற்களின் சுருக்கம் (மொ-ர்)

சொன்னான்: “உன் கால்சட்டையில் ஒரு தோள்வார் மட்டுந்தான் இருக்கிறது. இது சரியல்ல, சரியல்ல, இந்தக் கோலத்தில் நீ எங்களை அவமானத்துக்கு உள்ளாக்குகிறாய்!... இதோ பார், எனக்கு இரண்டு தோள் வார்கள் இருக்கின்றன, எல்லாருக்கும் ஆளுக்கு

இரண்டு வார்கள் உள்ளன. ஓடு. அம்மாவிடம் இன்னொ வாரைத் தைத்துத்தரச் சொல்லு. நாங்கள் உனக்காக இங்கே காத்திருக்கிறோம்...” -அப்புறம் அவன் சுற்றுச் சுவர் அருகே சென்று கண்களைச் சிமிட்டி, “இந்தா, தெரேஷென்கோ, போய்ப் புதிய செம்படை வீரனுக்குத் துப்பாக்கியும் மேல்கோட்டும் எடுத்துக் கொண்டுவா!” என்று கத்தினான்.

சுவர் நிழலில் படுத்திருந்தவர்களில் ஒருவன் எழுந்திருந்து, கையைத் தொப்பி முன்விளிம்பில் வைத்து, “உத்தரவு!” என்று பதிலளித்துவிட்டுச் சுவரோரமாக விடுவிடென்று நடந்தான்

“ஊம், ஓடு வேகமாய்! இன்னொரு வாரைச் சட்டுப்புட்டென்று தைக்கச் சொல்லு அம்மா விடம்!...”

மீஷா கண்டிப்பான தோற்றத்துடன் ‘கம்பாத்தை’ நோக்கினான்.

“இதோ பாரு, என்னை ஏய்க்க மட்டும் செய்யாதே! என்றான்.

“அட நீ என்ன ஒன்று? அது எப்படி முடியும்?...”

சதுக்கத்திலிருந்து வீடு வெகு தூரம். வாயில் வரை ஓடிச் சேர்வதற்குள் மீஷாவுக்கு மேல்மூச்சு கீழ்மூச்சு வாங்கியது. நெஞ்சு நிதானத்துக்கு வரவில்லை. வாயில் அருகே ஓடுகிற ஓட்டத்தில் கால் சட்டையைக் கழற்றிக் கையில் எடுத்துக்கொண்டு வெறுங்கால்கள் பளிச்சிடச் சூறைக்காற்றுப் போல வீட்டுக்கு உள்ளே பாய்ந்தான்.

“அம்மா! கால்சட்டை! தோள்வார் தைத்துக் கொடு!...”

வீட்டில் ஆள் அரவமே இல்லை. அடுப்புக்கு மேலே ஈக்கள் கருந்திரளாக மொய்த்துப் பறந்து கொண்டிருந்தன. மீஷா முகப்பு வெளியிலும் அடி களத்திலும் காய்கறித் தோட்டத்திலும் சுற்றிப் பார்த்துவிட்டான்தகப்பனையோ, தாயையோ, தாத்தாவையோ

எங்குமே காணவில்லை. அறைக்குள்ளே பாய்ந்து புகுந்தான். கோணிப்பை கண்ணில் பட்டது. கத்தியால் அதன் நீண்ட நாடாவை அறுத்து எடுத்துக் கொண்டான். தைப்பதற்கு நேரமில்லை, மீஷாவுக்குத் தைக்கவும் வராது. அவசர அவசரமாக நாடாவைக் கால்சட்டையுடன் சேர்த்துக் கட்டினான், தோளில் மாட்டிக் கொண்ட பின் இன்னொரு தடவை முன்னே இணைத்துக் கட்டிக்கொண்டான், களஞ்சியத்தின் அடியில் விர்ட்டென்று புகுந்தான்.

கல்லை அகற்றிவிட்டு, தன்னை, மீஷாவை, சுட்டும் லெனினுடைய கையைச் சற்றே நோக்கினான், மூச்சு அடைக்கக் கிசுகிசுத்தான்:

"ஊம், இதோ, பார்த்தாயா?.. நானும் உன் படையில் சேர்ந்துவிட்டேன்!...

படத்தை புர்டாக் இலையில் வைத்துப் பத்திரமாகச் சுற்றினான். சட்டைக்குள் மார்பின் மேல் செருகிக் கொண்டான், தெருவழியே குதித்து ஓடினான். ஒரு கையால் பட அட்டையை மார்போடு சேர்த்து அழுத்திக் கொண்டான், மற்றக் கையால் கால்சட்டை நழுவி விடாதபடி தூக்கிப் பிடித்துக்கொண்டான். அண்டை வீட்டு வேலி யோரமாக ஓடி, "அனீஸிமவ்னா!" என்று கூவி அழைத்தான்.

"ஊம்?"

"எனக்காகக் காத்திராமல் சாப்பிடும்படி எங்களவர்களிடம் சொல்லு!"

"நீ எங்கேயடா ஓடுகிறாய், கிறுக்கா?"

மீஷா கையை வீசி ஆட்டினான்.

"இராணுவ சேவைக்குப் போகிறேன்!" என்றான்.

சதுக்கத்துக்கு ஓடிச் சென்றவன், அடித்த சிலை போல நின்றுவிட்டான். சதுக்கத்தில் ஒரு பூதரைக் காணோம். சுற்றுச் சுவரோரமாகப் புகைத்த சிகரெட்டுத் துணுக்குகளும், பதனிட்ட

உணவுப் பண்ட டப்பிகளும், யாரோ ஒருவனுடைய கிழிந்த பட்டித் துணியும் கிடந்தன. ஊரின் வெளி எல்லையில் வாத்திய சங்கீதம் மந்தமாக முழங்கிற்று. கப்பிரஸ்தாவில் நடப்பவர்களின் காலடிகள் கூட்டாக ஒலிப்பது கேட்டது.

மீஷாவுக்கு அழுகை பீறிக்கொண்டு வந்தது. ஓவென்று அரற்றிக் கொண்டே தன் பலத்தை எல்லாம் திரட்டி ஓடினான்-படைவீரர்களை எட்டிப் பிடிப்பதற்காக. எட்டிப் பிடித்திருப்பான், கட்டாயமாக எட்டிப் பிடித்திருப்பான், ஆனால் சக்கிலியன் வீட்டுக்கு எதிரே தெருவுக்குக் குறுக்கே வாலடார்ந்த மஞ்சள் நாய் பற்களைக் காட்டி உறுமிக்கொண்டு படுத்திருந்தது. மீஷா வேறொரு தெருவில் திரும்பி ஓடுவதற்குள் வாத்திய ஒலியோ காலடிச் சத்தமோ எதுவும் கேட்கவில்லை.

***

இரண்டு நாட்களுக்கெல்லாம் ஒரு நாற்பது தொண்டர்கள் கொண்ட தளம் கிராமத்துக்கு வந்தது. தொண்டர்கள் சாம்பல் நிற நமுதா ஜோடுகளும் சிக்குப் பிடித்த தொழிலாளர் கோட்டுக்களும் அணிந்திருந்தார்கள். தகப்பன் நிர்வாகக் குழு அலுவலகத்திலிருந்து சாப்பிட வந்தபோது தாத்தாவிடம், "அப்பா, களஞ்சியத்தில் கோதுமையை மூட்டைகட்டித் தயாராக வைத்திரு. தானிய வசூல் தொண்டர் தளம் வந்திருக்கிறது. விளைச்சல் பங்கீடு தொடங்கப் போகிறது" என்றான்.

தொண்டர்கள் வீடு வீடாகப் போனார்கள். களஞ்சியங்களில் தரையைத் துப்பாக்கிச் சனியன்களால் குத்திப் பார்த்தார்கள், புதைத்து வைக்கப்பட்டிருந்த கோதுமையைக் கண்டுபிடித்து எடுத்துச் சரக்கு வண்டிகளில் ஏற்றிப் பொதுக் களஞ்சியத்துக்குக் கொண்டு சென்றார்கள்.

நிர்வாகக் குழுத் தலைவன் வீட்டிற்கு வந்தார்கள். தலைமை வீரன் சுங்கானைச் சப்பிக்கொண்டே, "கோதுமையைப் புதைத்து வைத்திருக்கிறாயா, தாத்தா? உள்ளதை ஒப்புக் கொண்டு விடு!" என்றான்.

தாத்தா தாடியைத் தடவிவிட்டுக்கொண்டு "என் மகன்தான் கம்யூனிஸ்ட் ஆயிற்றே!" என்று பெருமை பொங்கக் கூறினார்.

களஞ்சியத்துக்குள் புகுந்தார்கள். சுங்கான்கார வீரன் தானியக் குதிர்களைக் கண்மதிப்பாக அள விட்டுவிட்டு முறுவலித்தான்.

"தாத்தா, இதோ இந்தக் குதிரில் உள்ள தானியத்தைப் பொதுவுக்குக் கொடுத்து விடு. பாக்கி இருப்பது உனக்குச் சாப்பாட்டுக்கும் விதைப்புக்கும்" என்றான்.

தாத்தா முதிய பழுப்புக் குதிரையை வண்டியில் பூட்டினார், முக்கி முனகிக்கொண்டு எட்டு மூட்டைகளில் கோதுமையை நிரப்பிக் கட்டினார், ஏக்கத்துடன் கைகளை உதறினார், பின்பு மூட்டைகளை வண்டியிலேற்றிப் பொதுக் களஞ்சியத்துக்குக் கொண்டுபோனார். தானியம் பறிபோன வருத்தத்தால் அம்மா கொஞ்சம் அழுதாள். மீஷாவோ, தானியத்தை மூட்டைகளில் நிரப்புவதில் தாத்தாவுக்கு ஒத்தாசை செய்தான், பின்பு வீத்யாவுடன் விளையாடுவதற்காகப் பாதிரி வீட்டுக்குச் சென்றான்.

மீஷாவும் வீத்யாவும் சமையலறையில் உட்கார்ந்து காகிதத்தில் கத்தரித்து எடுத்த குதிரைகளைத் தரையில் பரப்பி வைக்கலானார்கள். அதற்குள் அதே தொண்டர்கள் சமையலறைக்குள் நுழைந்தார்கள். பாதிரியார் நீள் அங்கி கால்களில் சிக்க இடறிக் கொண்டு வெளிவந்து அவர்களை எதிர்கொண்டு ஆலைபாய்ந்தார், அறைக்குள் வரும்படி அழைத்தார்.

ஆனால் சுங்கான்கார வீரனோ, "களஞ்சியத்துக்குப் போவோம். உங்கள் தானியத்தை எங்கே சேமித்து வைத்திருக்கிறீர்கள்?" என்று கறாராகக் கேட்டான்.

பாதிரியார் மனைவி அறைக்குள்ளிருந்து ஒரே அலங்கோலமாகப் பாய்ந்துவந்தாள், கள்ளத் தனமாகப் புன்னகை செய்தாள்.

"நீங்களே பார்த்துக் கொள்ளுங்கள் கனவான்களே, எங்களிடம் தானியம் கொஞ்சங்கூட இல்லை!... என் வீட்டுக்காரர் இன்னும் தண்டலுக்குப் போகவில்லை" என்றாள்.

"உங்கள் வீட்டில் நிலவறை இருக்கிறதா?"

"இல்லை, கிடையாது. முன்னெல்லாம் தானியத்தைக் களஞ்சியத்தில் வைத்திருந்தோம்..."

சமையலறையிலிருந்து தானும் வீத்யாவும் விசாலமான நிலவறைக்குள் ஒரு முறை இறங்கிச் சென்றது மீஷாவுக்கு நினைவுவந்தது. பாதிரிச்சி பக்கம் தலையைத் திருப்பி, "வீத்யாவும் நானும் சமையலறையிலிருந்து நிலவறைக்குள் இறங்கிப் போனோமே, மறந்துவிட்டாயா?" என்றான்.

பாதிரிச்சி முகம் வெளிற வாய்விட்டுச் சிரித்தாள்.

"இல்லை, குழந்தாய், நீ எதையோ நினைத்துக் கொண்டு எதையோ சொல்லுகிறாய்!... வீத்யா, நீங்கள் இரண்டு பேரும் தோட்டத்தில் போய் விளையாடுங்களேன்!" என்றாள்..

சுங்கான்கார வீரன் கண்களை இடுக்கிக் கொண்டு மீஷாவை நோக்கி முறுவலித்தான்.

"அங்கே எப்படி இறங்குவது, தம்பீ?" என்று கேட்டான்.

பாதிரிச்சி விரல்களை நொடித்து, "அறியாச் சிறுவனின் வார்த்தையை நீங்கள் நம்புகிறீர்களா என்ன? மெய்யாகவே சொல்லுகிறேன், எங்கள் வீட்டில் நிலவறை இல்லை!" என்றாள்.

பாதிரியார் நீளங்கி விளிம்புகளை உதறி, "கொஞ்சம் சிற்றுண்டி அருந்துகிறீர்களா, தோழர்களே? அறைக்குள் போவோம் வாருங்கள்!" என்று அழைத்தார்.

பாதிரிச்சி மீஷாவின் பக்கத்தில் சென்று அவன் கையை வெடுக்கெனக் கிள்ளிவிட்டுக் கனிவுடன் புன்னகைத்தாள்.

"குழந்தைகளா, இங்கே இடைஞ்சல் பண்ணாதீர்கள். தோட்டத்துக்குப்போய் விளையாடுங்கள்!" என்று தேன்கசிந்தாள்.

தொண்டர்கள் ஒருவருக்கொருவர் கண்ஜாடை செய்து விட்டுத் துப்பாக்கிக் குந்தாக்களால் தரையைத் தட்டிய வண்ணம் சமையலறையில் சுற்றி வந்தார்கள். சுவரோரமாக இருந்த மேஜையை அப்பால் நகர்த்தி, சாக்கு விரிப்பைத் தரையிலிருந்து

அகற்றினார்கள். சுங்கான்கார வீரன் தரைப் பலகையைத் தூக்கி நிலவறைக்குள் கண்ணோட்டி விட்டுத் தலையை அசைத்தான்.

"உங்களுக்கு வெட்கமாய் இல்லையா? தானியம் இல்லை என்றீர்கள், நிலவறையிலோ, மேல்மட்டம் வரை தானியம் நிறைந்து கிடக்கிறது! என்றான்.

பாதிரிச்சி மீஷாவைப் பார்த்த பார்வையில் அவனுக்கு உதறல் எடுத்துவிட்டது, சீக்கிரம் வீடு திரும்ப ஆசையுண்டாயிற்று. எழுந்திருந்து முகப்பு வெளிக்கு நடந்தான். பாதிரிச்சி அவன் பின்னே முகப்புக் கொட்டத்துக்குப் பாய்ந்து வந்து, தேம்பிக் கொண்டே அவன் தலைமயிரை லாவிப் பிடித்து அவனைத் தரையில் கரகரவென்று இழுக்கலானாள்.

கஷ்டப்பட்டுத் திமிறி விடுவித்துக் கொண்டு திரும்பிப் பார்க்காமல் வீட்டுக்குப் பரிந்தான் மீஷா. கண்ணீர் தொண்டையை அடைக்க அம்மாவிடம் எல்லாக் கதையையும் சொன்னான். அவளோ, தலையைப் பிய்த்துக் கொண்டாள்.

"உன்னை வைத்துக் கொண் என்னதான் செய்யப் போகிறேனோ?... என் கண்முன்னே நிற்காமல்போய்த் தொலை எங்கேயாவது. இல்லையோ, தொலித்துப் போட்டு விடுவேன்!" என்று இரைந்தாள்.

அன்றுமுதல் ஒவ்வொரு துன்ப நிகழ்ச்சிக்குப் பிறகும் மீஷா களஞ்சியத்துக்கு அடியில் ஊர்ந்து போய், கல்லை அகற்றி புர்டாக் இலையைப் பிரித்து, கண்ணீரால் காகிதத்தை நனைத்தவாறு லெனினிடம் தன் துயரத்தைச் சொல்லிக் கொள்வான், தனக்கு வருத்தம் வருத்தம் உண்டாக்கியவன்மீது புகார் செய்வான்.

ஒரு வாரம் கழிந்தது. ஷா சலித்துப் போனான். விளையாடுவதற்கு யாரும் இல்லை. அக்கம் பக்கத்துச் சிறுவர்கள் அவனோடு பழகுவதில்லை. "சோரபுத்திரன்" என்ற பட்டப் பெயரோடு, பெரியவர்களிடம் கேட்டுப் பெற்ற இன்னொன்றும் சேர்ந்துகொண்டது.

“டேய், கம்யூன்காரக் கொடுக்கு! கம்யூன்காரனின் குறைப்பிள்ளை! திரும்பிப்பார்!” என்று பையன்கள் அவன் பின்னிருந்து கத்துவார்கள்.

ஒரு தடவை முன்மாலையில் மீஷா குளத்திலிருந்து வீட்டுக்குத் திரும்பி வந்தான். உள்ளே புகுவதற்கு முன்பே தகப்பன் கடுமையான குரலில் பேசுவதும் அம்மா யாரையோ சாகக் கொடுத்தவள் போலப் புலம்புவதும் அரற்றுவதும் அவன் காதில் பட்டன. மீஷா அறைக்குள் மெள்ள நழுவினான். தகப்பன் மேல்கோட்டைப் போட்டுக் கொண்டு நெடுஞ்சோடுகளை மாட்டிக் கொண்டிருப்பதைக் கண்டான்.

“நீ எங்கே போகிறாய், அப்பா?”

தகப்பன் சிரித்து, “அம்மாவை நீ தான் கொஞ்சம் தேற்று, மகனே!... ஒரேயடியாக ஊளையிட்டு என் உயிரை வாங்குகிறாள். நான் சண்டைக்குப் போகிறேன், இவள் விடமாட்டேன் என்கிறாள்!” என்றான்.

“நானும் உன்னோடு வருகிறேன் அப்பா!”

அப்பன் இடுப்பு வாரைப் பூட்டிக்கொண்டு நாடா வைத்த தொப்பியை அணிந்து கொண்டான்.

“வேடிக்கையான பயல் நீ, மெய்யாகவே! நாம் இரண்டு பேரும் ஒரே சமயத்தில் போவது கூடாது!... நான் திரும்பி வருகிறேன், அப்புறம் நீ போகலாம். இல்லாவிட்டால் தானியப் பயிர் முற்றி விடுமே, அறுவடை செய்வது யாராம்? அம்மாவுக்கோ வீட்டுவேலை தலைக்குமேலே, தாத்தாவுக்கு வயதாகிவிட்டது

அப்பாவுடன் பிரிவு சொல்லிக்கொள்ளும் பொழுது மீஷா கண்ணீரை அடக்கிக்கொண்டு புன்னகைகூடச் செய்தான். அம்மா முதல் தடவையில் போலவே அப்பனின் கழுத்தைக் கட்டிக்கொண்டு தொங்கினாள். அப்பன் சிரமப்பட்டு அவளை அப்பால் அகற்றினான். தாத்தா தொண்டையைக் கனைத்துக் கொண்டார், இராணுவ சேவைக்குப் போகும் மகனை முத்தமிட்டு, அவன் காதோடு காதாகக் கிசுகிசுத்தார்:

“பமா... என் மகனே! ஒரு வேளை நீ போகா திருப்பதே தேவலையோ? ஒருவேளை நீ இல்லாமலே எப்படியாவது?... காலங்கெட்ட காலம், உன்னைக் கொன்று விட்டார்களானால் நாங்கள் ஒழிந்தோம்!...”

“விடு, அப்பா.... இப்படிப் பேசுவது உனக்கு அழகாயில்லை. ஒவ்வொருவனும் பெண்டாட்டி ஆடைத் தலைப்புக்குள் புகுந்து ஒளிந்து கொண்டான் ஆனால் நமது ஆட்சி அதிகாரத்தைத் தற்காப்பது யாராம்?”

“ஊம், நான் என்னத்தைச்சொல்ல, உன் காரியம் நியாயமானது என்னும் போது? சரி போய்வா.”

தாத்தா முகத்தைத் திருப்பிக்கொண்டு ஒரு வரும் பார்க்காத படிக் கண்ணீரைச் சுண்டி எறிந்தார். அப்பனை வழியனுப்புவதற்காக நிர்வாகக் குழு அலுவலகம் வரை மூவரும் போனார்கள். அலுவலக வெளி முகப்பில் ஒரு இருபது பெயர் போலத் துப்பாக்கிகளுடன் கூடியிருந்தார்கள். அப்பனும் துப்பாக்கியை எடுத்துக் கொண்டு மீஷாவைக் கடைசித் தடவையாக முத்தம் இட்டு விட்டு மற்றவர்களோடு ஊர் எல்லையிலிருந்த ரஸ்தாவில் நடக்கலானான்.

மீஷா தாத்தாவோடு வீடு திரும்பினான். அம்மா பின் தங்கிவிட்டாள் போலும். ஊரில் நாய்களின் குலைப்பு அரிதாகவே கேட்டது, விளக்குகளும் அரிதாகவே எரிந்தன. ஊர் கறுப்புச் சால்வை போர்த்துக் கொண்ட கிழவி போல இரவின் இருளால் போர்க்கப்பட்டு விட்டது. மழை சிறு தூறலாகத் தொடங்கியது. ஊருக்கு வெளியே எங்கோ, ஸ்தெப்பி வெளிக்கு உயரே, மின்னல்கள் வெட்டின, அமுங்கிய பொரு பொருத்த அதிர்ச்சிகளுடன் இடி முழங்கிற்று.

வீட்டை நெருங்கினார்கள். வழி நெடுகிலும் கம்மென்றிருந்த மீஷா, “தாத்தா, அப்பா யாரோடு சண்டைபோடப் போயிருக்கிறார்?” என்று கேட்டான்.

“நச்சு பண்ணாதே!...”

“தாத்தா!”

“ஊம்?”

“அப்பா யாரோடு சண்டை செய்யப் போகிறார்?”

தாத்தா கதவைத் தாழ்ப்பாள் போட்டுவிட்டு, “கெட்ட ஆட்கள் நம்முடைய ஊரைச் சூறையாட வந்திருக்கிறார்கள். மக்கள் அவர்களை ஏதோ ‘பாண்டு’ என்று சொல்லுகிறார்கள். என் கருத்துப்படி அவர்கள் வெறும் வழிப்பறித் திருடர்கள்.... அது தான் உன் அப்பா அவர்களோடு சண்டை போடப் போயிருக்கிறான்.”

“அவர்கள் ரொம்பப் பேரோ, தாத்தா”

“சுமார் இருநூறு பேர் என்று ஜனங்கள் சொல்லுகிறார்கள். சரி சரி, சரி, போ, படுக்கையில் படுத்துத் தூங்கு. நீ வளையவந்தது போதும்!”

இரவில் குரல்கள் மீஷாவின் உறக்கத்தைக் கலைத்து விட்டன. விழித்துக் கொண்டு கட்டிலில் கையால் துழாவிப் பார்த்தான்- தாத்தாவைக் காணவில்லை.

“தாத்தா, நீ எங்கே இருக்கிறாய்?”

“பேசாதே!... தூங்கடா, துருதுருப்பை”

மீஷா எழுந்திருந்து இருட்டில் தட்டித் தடவிக் கொண்டு ஜன்னல் வரை சென்றான். தாத்தா உள்ளாடை மட்டும் அணிந்து பெஞ்சியில் உட்கார்ந்து கொண்டு, திறந்த திறந்த ஜன்னலுக்கு வெளியே தலையை நீட்டியவாறு காது கொடுத்துக் கேட்டுக் கொண்டிருந்தார். மீஷா உற்றுக் கவனித்தான். ஊருக்கு அப்பால் துப்பாக்கி வெடிகள் அடிக்கடி சடசடப்பதும் அப்புறம் பீரங்கி வெடிகள் ஒரு சீராக இடைவிட்டு விட்டுத் தடதடப்பதும் கவிந் திருந்த நிசப்தத்தில் அவனுக்குத் தெளிவாகக் காதில் விழுந்தன.

“தடார்! டட்-டட்-டட்! தடார்!”

ஏதோ ஆணிகள் அடிப்பது போல.

மீஷாவுக்குக் கிலி பிடித்துவிட்டது. தாத்தா மேல் ஒண்டிக் கொண்டான்.

"இது யார், அப்பாவா துப்பாக்கி சுடுகிறார்?" என்று கேட்டான்.

தாத்தா பேசாதிருந்தார். அம்மா வெடித்தழுது புலம்பத் தொடங்கினாள்.

பொழுது புலரும் வரை ஊருக்கு வெளியே வெடிச் சத்தங்கள் கேட்டுக் கொண்டிருந்தன, அப்புறம் அரவம் எல்லாம் அடங்கிவிட்டது. மீஷா சுருள் ரொட்டி போலப் பெஞ்சியில் முடங்கி, அமைதியோ மகிழ்வோ அற்ற உறக்கத்தில் ஆழ்ந்து விட்டான். உதயத்தில் நிர்வாகக் குழு அலுவலகத்தை நோக்கி வீதியில் சிலர் வீதியில் சிலர் குதிரையேறிச் சென்றார்கள். தாத்தா மீஷாவை உசுப்பிவிட்டுத் தாம் முகப்பு வெளிக்கு ஓடினார்.

நிர்வாகக் குழு அலுவலக முகப்பு வெளியில் கருந்தூண் போலப் புகை குமைந்து எழுந்தது. நெருப்பு கட்டிடத்துக்குப் பரவிவிட்டது. தெருக்களில் குதிரையேற்றக்காரர்கள் சாரி போகலாயினர். ஒருவன் முகப்பு வெளியருகே வந்து, "குதிரை இருக்கிறதா, கிழவா?" என்று கேட்டான்.

"இருக்கிறது...."

"வண்டியில் பூட்டி ஊருக்கு வெளியே ஓட்டிப்போ! உங்கள் கம்யூனிஸ்டுகள் புதரில் கிடக்கிறார்கள்!... வண்டியிலே தூக்கிப் போட்டுக் கொண்டுவா. சொந்தக்காரர்கள் அவர்களைப் புதைக்கட்டும்!...

தாத்தா மளமளவென்று பழுப்புக் குதிரையை வண்டியில் பூட்டி, நடுங்கும் கைகளால் கடிவாள வாரைப் பிடித்துக் கொண்டு பாய்ச்சலில் விரட்டியவாறு தெருவுக்கு ஓட்டிச் சென்றார்.

ஊரெல்லாம் ஒரே அமளிகுமளி. குதிரைகளிலிருந்து இறங்கிய கொள்ளைக்காரர்கள் அடிகளங்களிலிருந்து தீனிப்புல்லை அள்ளிச் சென்றார்கள் ஆடுகளை வெட்டிப் போட்டு விட்டார்கள் ஒருவன் அனீஸிமவ்னாவின் வீட்டுக்கு எதிரே குதிரையிலிருந்து குதித்து வீட்டுக்குள் திடுமென நுழைந்தான். அனீஸிமவ்னா பெருங்குரலில் ஓலமிட்டதை மீஷா கேட்டான். கொள்ளைக்காரனோ வாளை வீசிக்கொண்டு தலைவாசல் படிக்கு ஓடிவந்தான், உட்கார்ந்து

பூட்சுகளைக் கழற்றி, அழுக்குக் கால் பட்டிகளை வீசி எறிந்துவிட்டு அனீஸிமவ்னாவின் பூவேலை செய்த கவர்ச்சியான சால்வையை இரண்டாகக் கிழித்துக் காலுக்கு ஒரு பாதியாகச் சுற்றிக் கொண்டான்.

மீஷா அறைக்குள் போய், கட்டிலில் படுத்து, தலையணையில் முகத்தைப் புதைத்துக் கொண்டான். வெளிவாசற் கதவுகள் கிறீச்சிட்ட போது தான் எழுந்திருந்தான். தலைவாசலுக்கு ஓடினான். கண்ணீரால் நனைந்த தாடியுடன் தாத்தா குதிரையை முகப்புக்குள் ஓட்டி வருவதைக் கண்டான்.

வண்டியின் பின்பகுதியில் வெறுங்காலனான ஒரு மனிதன் கிடந்தான். அவனது கைகள் இரு புறமும் அகல விரித்துக் கிடந்தன. அவனுடைய தலை எழும்பி எழும்பிக் குதித்துப் பின்பக்கம் அடித்துக்கொண்டது. கட்டியான கரு இரத்தம் வண்டிப் பலகையில் பெருகிற்று

மீஷா ஆடி அசைந்துகொண்டு வண்டி அருகே போனான். வாள் வெட்டுக்களால் துணிக்கப்பட்டிருந்த முகத்தை எட்டிப் பார்த்தான். இளித்த பற்கள் தெரிந்தன. எலும்போடு சேதிக்கப்பட்டிருந்த கன்னம் அறுந்து தொங்கிற்று. குருதி கொப்புளித்த பிதுங்கிய விழியின் மேல் பெரிய பச்சை ஈ ஒன்று அல்லாடியபடி உட்கார்ந்திருந்தது.

மீஷா அது யார் என்று புரிந்துகொள்ளாமல், பயங்கரத்தால் சிறிது நடுக்கம் கொண்டு பார்வையைத் திருப்பினான். மார்பின் மேல் மாலுமிச் சட்டை மீது இரத்த வெள்ளத்தில் ஊறிய நீல, வெள்ளைக் கோடுகளைக் கண்டதும் யாரோ பின்னாலிருந்து தன் கால்களில் உதைத்தது போல நடுநடுங்கி, அசைவற்ற கரிய முகத்தை அகலத் திறந்த விழிகளால் இன்னொரு தடவை கவனமாகப் பார்வையிட்டு விட்டு வண்டியில் தாவி ஏறினான். அப்பா, எழுந்திரு! அப்பாக் கண்ணு! இவ்வாறு கத்திக் கொண்டே வண்டியிலிருந்து விழுந்துவிட்டான். எழுந்து ஓட எண்ணினான். ஆனால் கால்கள் துவண்டுமடிந்துவிட்டன. தவழ்ந்து தலை வாசலுக்குப் போய் மணலில் தலையைப் புதைத்துக்கொண்டான்.

***

தாத்தாவின் கண்கள் குழிகளுக்குள் ஆழப் புதைந்து விட்டன. தலை நடுங்கித் துள்ளிற்று. உதடுகள் ஒலியின்றி எதையோ முணுமுணுத்தன.

நெடுநேரம் மீஷாவின் தலையைத் தடவிக் கொண்டிருந்தார். பின்பு, மஞ்சத்தில் கட்டையாய்க் கிடந்த அம்மாவை ஒரு பார்வை பார்த்து விட்டு, "முகப்பு வெளிக்குப் போவோம் வா, பேரப்பிள்ளை" என்று கிசுகிசுத்தார்.

மீஷாவின் கையைப் பிடித்துத் தலைவாசலுக்கு இட்டு வந்தார். அறைக் கதவைக் கடந்து செல் கையில் மீஷா கண்களைச் சுருக்கிக் கொண்டு நடு நடுங்கினான்: அறையில் மேஜைமேல் கிடந்தான் அப்பன் வாய்பேசாமல், மிடுக்குடன். அவன் மேலிருந்த இரத்தம் கழுவப் பட்டு விட்டது. ஆனால் அப்பனின் குருதி கொப்புளித்த நிலைக்குத் திட்ட விழியும் அதன்மேல் உட்கார்ந்திருந்த பெரிய பச்சை ஈயும் மீஷாவின் கண்களுக்கு எதிரே தெரிந்தன.

கிணற்றடியில் கயிற்றை வெகு நேரம் அவிழ்த்துக் கொண்டிருந்தார் தாத்தா. அப்புறம் லாயத்துக்குப் போய், பழுப்புக் குதிரையை நடத்திவந்தார். அதன் நுரை படிந்த உதடுகளை எதற்காகவோ சட்டைக் கையால் துடைத்தார். அப்புறம் அதற்குக் கடிவாளம் மாட்டி விட்டு உற்றுக் கேட்டார். ஊரெங்கும் கூச்சலும் கும்மாளமும். முகப்பின் அருகாகக் குதிரையேறிச் சென்றார்கள் இருவர். இருளில் சுருட்டுக்கள் கனிந்து கனிந்து தணிந்தன. குரல்கள் ஒலித்தன.

"இவன்களுக்குச் சரியானபடி வசூல் பண்ணிக் கொடுத்து விட்டோம்!... ஜனங்களிடமிருந்து தானியத்தைப் பறித்துக் கொள்வது எப்படி என்பதை மறு உலகில் நினைவுபடுத்திக் கொள்வார்கள்!..."

குதிரைக் குளம்புகளின் ஓசை அடங்கிவிட்டது. தாத்தா மீஷாவின் காதருகே குனிந்தார்:

“நான் கிழவன். குதிரைமேல் ஏற என்னால் முடியாது. உன்னைக் குதிரைமேல் ஏற்றிவிடுகிறேன் பேரக்கண்ணு. ஆண்டவனே துணையாக நீ புரோனின் கிராமத்துக்குப் போ.... வழியை நான் உனக்குக் காண்பிக்கிறேன்.... நம் ஊர் வழியாக வாத்தியம் வாசித்துக்கொண்டு ஒரு படைப்பிரிவு போயிற்றே, அது அங்கே இருக்க வேண்டும்.... அந்தப் படைவீரர்களிடம் போய் எங்கள் ஊருக்கு வாருங்கள், இங்கே கொள்ளைக் இங்கே கொள்ளைக் கூட்டம் என்று சொல்லு... புரிந்ததா?

மீஷா ஒன்றும் பேசாமல் தலையை அசைத்தான்.தாத்தா அவனைக் குதிரைமேல் உட்கார்த்தி, அவன் விழாதிருப்பதற்காகச் சேணத்துடன் அவன் கால்களைக் கயிற்றால் சேர்த்துக் கட்டி, அடிகளத்தின் வழியாக, குளக்கரை ஓரமாக கொள்ளைக் கூட்டத்தாரின் எல்லைக் காவலிடத்தைக் கடந்து ஸ்தெப்பி வெளிக்குக் குதிரையை நடத்திச் சென்றார்.

“அதோ அந்தத் திட்டின் இடையே ஒரு பள்ளம் நெடுகப் போகிறது. அதன் ஓரமாகச் செல். எங்கும் திரும்பாதே!... நேரே போனால் சிற்றூரை அடைவாய். நல்லது, போய் வா, என் செல்வமே!

தாத்தா மீஷாவை முத்தமிட்டுவிட்டு, குதிரையை உள்ளங்கையால் மெல்ல அடித்தார்.

நிலா இரவு. வெளிச்சமாயிருந்தது. பழுப்புக் குதிரை மெது நடையாகக் கிளம்பிற்று, செருமிற்று, பின்பு முதுகின்மேல் சுமை லேசானதே என்பதை உணர்ந்து கொண்டு வேகத்தைக் குறைத் தது. மீஷா கடிவாளவாரைச் சுண்டி இழுத்தான், அதன் கழுத்தைத் தட்டிக்கொடுத்தான், எம்பி எம்பிக் குதித்துக்கொண்டே குலுங்கினான்.

முதிரும் கோதுமைப் பயிரின் அடர்ந்த பசுந் தாள்களுக்குள் எங்கேயோ காடை குதூகலமாகச் சீழ்க்கை அடித்தது. பள்ளத்தின் அடித்தரையில் ஊற்றுநீர் சிலம்பியது. காற்று குளுகுளுவென்று வீசிற்று.

ஸ்தெப்பி வெளியில் தனியனாக இருந்தது மீஷாவுக்குத் திகில் ஊட்டியது. குதிரையின் கதகதப்பான கழுத்தைக் கட்டிக் கொண்டான். குளிர்ந்த சின்னஞ்சிறு உருண்டைபோல அதோடு ஒட்டிக் கொண்டான்.

பள்ளம் மேலும் கீழுமாக நீண்டுகொண்டு சென்றது. திரும்பிப் பார்க்கவே மீஷாவுக்கு அச்சமா யிருந்தது. எதைப் பற்றியும் சிந்திக்காதிருக்க முயன்றவாறு ஏதோ கிசுகிசுத்தான். அவன் காதுகளில் நிசப்தம் குடிகொண்டிருந்தது, கண்கள் மூடியிருந்தன.

பழுப்புக் குதிரை கழுத்தை ஆட்டிற்று, செருமிற்று, போக்கை விரைவுபடுத்திற்று. மீஷா விழிகளைத் துளிபோலத் திறந்தான். கீழே, திட்டின் சரிவில் வெளிர்மஞ்சள் விளக்குகள். நாய்களின் குலைப்பொலி காற்றில் மிதந்து வந்தது.

இன்ப மகிழ்வால் மீஷாவின் உள்ளத்தில் கணப் போது உற்சாகம் பொங்கிற்று. குதிரையைக் கால்களால் இடித்து, "ஹோ-ஓ-ஓ-ஓ!" என்று கத்தினான்.

நாய்களின் குலைப்பு கிட்டத்தில் நெருங்கியது. குன்றின் மேல் காற்றாடி எந்திரத்தின் உருவம் நிழல் வரைப்படம் போலத் தோற்றம் அளித்தது.

"யார் குதிரை மேலே?" என்ற உரத்த குரல் காற்றாடி எந்திரத்திலிருந்து வந்தது.

மீஷா பேசாமல் குதிரையை விரட்டினான். தூங்கி வழிந்த சிற்றூரில் சேவல்கள் கூவின.

"நில்! யார் குதிரை மேலே?... சுட்டுவிடுவேன்!.."

மீஷா அரண்டுபோய்க் கடிவாள வாரை இழுத்துப் பிடித்தான். ஆனால் குதிரைகள் அருகாமையில் இருப்பதை மோப்பம் கண்டுகொண்ட பழுப் புக் குதிரை கனைத்தது, கடிவாள வாருக்குக் கீழ்ப் படியாமல் பிய்த்துக்கொண்டு முன்னே பாய்ந்தது.

"நில்!"

காற்றாடி எந்திரத்தருகே துப்பாக்கி வெடிகள் சடசடத்தன. மீஷாவின் அலறல் குதிரைகளின் குளம்புச் சத்தத்தில் அமுங்கிப் போயிற்று. பழுப்புக் குதிரைக்கு ஈழை இழுத்தது, அது பின்னங் கால்களின் மீது நின்றது, பின்பு தடாலென்று வலப்பக்கம் சரிந்து விழுந்தது.

தன் காலில் பயங்கரமான, தாங்கமுடியாத வலி எடுப்பதை மீஷா நொடி நேரத்தில் உணர்ந்தான். அவனுடைய கத்தல் வாய்க்குள்ளேயே உறைந்து போயிற்று. பழுப்புக் குதிரை அவன் காலில் மேலும் மேலும் அதிகக் கனத்துடன் சரிந்தது.

குதிரைகளின் குளம்பொலிகள் இன்னும் கிட்டே வந்தன. உருவி ஓங்கிய வாள்களுடன் இருவர் திரைகள் மேலிருந்து குதித்தார்கள், மீஷாவின் மீது குனிந்தார்கள்.

"அட என்னைப் பெற்ற தாயே! இவன் சின்னப் பையன் அல்லவா!"

"நாம் இவனைக் கொன்றுவிட்டோமா என்ன?"

ஒருவன் மீஷாவின் சட்டைக்குள் கையை நுழைத்தான், முகத்தருகே புகையிலை நெடியடிக்கும் மூச்சு விட்டான். ஒருவனுடைய களிபொங்கும் குரல் கூவியது:

"பையன் முழுசாகத்தான் இருக்கிறான்!... குதிரைதான் ஒருவேளை அவன் காலைச் சதைத்திருகுமோ என்னவோ?..."

உணர்வு இழந்துகொண்டிருக்கையில் மீஷா கிசு கிசுத்தான்:

"ஊரில் கொள்ளைக்கூட்டம்... அப்பாவைக் கொன்று விட்டார்கள்!... நிர்வாகக் குழு அலுவலகத்தை எரித்து விட்டார்கள். உங்களிடம் சீக்கிரமாகப்போகச் சொல்லித் தாத்தா அனுப்பினார்!"

மீஷாவின் மங்கும் பார்வையில் பலவண்ண வட்டங்கள் தோன்றித் தோன்றி மறைந்தன....

அப்பா அவன் அருகாகச் செல்கிறார். செம் பழுப்பு மீசையை முறுக்குகிறார். சிரிக்கிறார். ஆனால் அவர் கண்மேல் உடலை

ஆட்டிக்கொண்டு உட்கார்ந்திருக்கிறது, பெரிய பச்சை ஈ. தாத்தா, கடிந்துகொள்ளும் பாவனையில் தலையை அசைத்துக்கொண்டு அவனைக் கடந்து செல்கிறார். அம்மா போகிறாள். அப்புறம், அகன்ற நெற்றியை உடைய சிறு மனிதர் முன்னே நீட்டிய கையுடன் வருகிறார். கை நேரே அவனை, மீஷாவை, சுட்டுகிறது.

"தோழர் லெனின்!" என்று கம்மிய குரலில் கத்துகிறான் மீஷா. சிரமத்துடன் முயன்று தலையை நிமிர்த்துகிறான். முன்னே கையை நீட்டி முறு வலிக்கிறான்.

நீல வண்ண ஸ்தெப்பி

தோன் ஆற்றிற்கு அருகே, பொசுக்கும் வெயிலால் வழுக்கை ஆக்கப்பட்டிருந்த குன்றின்மேல், காட்டுக் கருமுள் புதரின் அடியில் படுத்திருந்தோம் நாங்கள்: ஸகார் தாத்தாவும் நானும். செதில்கள் அடர்ந்த மேகத்தொடரை ஒட்டினாற் போலப் பழுப்புப் பருந்து வட்டமிட்டுக் கொண்டிருந்தது. பறவைகளின் எச்சத்தால் பல்வேறு வண்ணங்கள் தீட்டப்பட்டிருந்த முள்புதரின் இலைகள் எங்களுக்குக் குளுமை தரவில்லை. வெக்கையினால் சூடேறிக் காதுகளில் கணகணத்தது. கீழே, தோன் ஆற்றின் நெளிநெளியான சிற்றலைகளையோ அல்லது காலடியில் கிடந்த சுருக்கங்கள் விழுந்த முலாம்பழத் தோல்களையோ கண்ட போது வாயில் பிசுபிசுப்பான உமிழ்நீர் ஊறியது. இந்த எச்சிலைத் துப்புவதற்குச் சோம்பலாய் இருந்தது.

பள்ளத்தில், வறண்ட நீர்க்குட்டங்களின் அருகாமையில் நெருக்கமான கும்பல்களாகக் குமைந்தன செம்மறி யாடுகள். அவை தங்கள் பின் பாகங்களைக் களைப்புடன் பின்தள்ளி, விசிறிவாகில் பரந்த அழுக்கடைந்த வால்சதைகளை ஆட்டின, புழுதி காரணமாக வெறித் தும்மல் தும்மின. அணைக்கட்டின் பக்கத்தில், கட்டுவாய்ந்த உடல் கொண்ட ஆட்டுக்குட்டி, பின்னங்கால்களை ஊன்றி நின்று அழுக்குமஞ்சள் செம்மறியின் செம்மறியின் மடியைச் சுவைத்தது. சிற்சில சமயங்களில் தாயின் மடியை முட்டிற்று; செம்மறி முனகிக் கூனிப் பால் சுரந்தது. அதன் கண்களில் துன்பத் தோற்றம் காணப்பட்டதாக எனக்குப் பட்டது.

ஸகார் தாத்தா எனக்கு விலாவைக் காட்டிக் கொண்டு உட்கார்ந்திருந்தார். பின்னல் கம்பளிச் சட்டையைக் கழற்றி, மங்கல் பார்வையர் போலக் கண்களைச் சுரித்துக் கொண்டு சட்டை மடிப்புக்களிலும் தையல் இணைப்புக்களிலும் தொட்டுத் தடவி

எதையோ தேடினார். தாத்தாவுக்கு ஒன்று குறைய எழுபது வயது. திறந்த முதுகில் சிக்கலான வலைப்பின்னல் போலச் சுருக்கங்கள் விழுந்திருந்தன. தோள் பட்டைகளின் கூரிய முனைகள் தோலுக்கு அடியே துருத்திக் கொண்டிருந்தன. ஆனால் அவருடைய நீல விழிகள் இளமை சுடர்ந்தன. சாம்பல் நிறப் புருவங்களின் கீழ் அவரது பார்வை கூர்மையாக, சுருக்கென்று தைப்பதாக இருந்தது.

அகப்பட்ட பேனை அவர் கரடுதட்டிய நடுங்கும் விரல்களால் சிரமத்துடன் பிடித்து மென்மையாகவும் பதபாகமாகவும் வைத்துக் கொண்டார். பின்பு அதைத் தம்மிடமிருந்து சற்று தூரத்தில் தரைமேல் விட்டு, காற்றில் சிறு சிலுவைக் குறி இட்டார்.

“ஊர்ந்து அப்பால் போ, அற்பப் பிராணியே! வாழத்தானே விரும்புகிறாய்? ஊம்? அதுதானே கேட்டேன்...அடச்சே, இரத்தத்தை உறிஞ்சித் தீர்த்துவிட்டாயே... நிலச்சுவான்தார் போல....” என்று அரைக்குரலில் முணுமுணுத்தார்.

முனகலுடன் சட்டையைப் போட்டுக் கொண்டார். தலையைப் பின்னே பின்னே சாய்த்துக் கொண்டு மரக் கெண்டியிலிருந்து வெதுவெதுப்பான நீரை உறிஞ்சிக் குடித்தார். ஒவ்வொரு மடக்கு விழுங்கும் போதும் அவருடைய மிடற்று முடிச்சு மேலே ஏறிற்று. மோவாயிலிருந்து தொண்டைப் புறம் மென்மையான இரு மடிப்புக்கள் தொங்கின. தாடி வழியே துளிகள் வழிந்தன. தொங்கும் குங்குமப் பூநிற இமைகளின் ஊடே சிவப்பாக ஒளிர்ந்தது வெயில்.

கெண்டி மூக்கில் அடைப்பானைச் செருகிவிட்டு அவர் என்னைச் சிறக்கணித்து நோக்கி, என் பார்வையைச் சந்தித்ததும் உதடுகளை வெறுமேமென்று ஸ்தெப்பி வெளிமீது வெளிமீது கண்ணோட்டினார். பள்ளத்துக்கு அப்பால் ஆவி புகைபோலக் கொதித் தெழும்பியது. கரிந்த தரைமீது வீசிய காற்றில் தேனின் போதையூட்டும் மணம் கமழ்ந்தது. சற்று நேரம் பேசாது இருந்தபின் தாத்தா மேய்ப்புத் தடியை அப்புறம் நகர்த்திவிட்டு, சிகரெட்டுப் புகைக் கறை படிந்த விரலால் எனக்கு அப்பால் தொலைவில் சுட்டிக்காட்டினார்.

"இந்தப் பள்ளத்துக்குப் பின்னே பாப்ளார் மரங்களின் உச்சிகள் தெரிகின்றனவே, பார்த்தாயா? தொமீலின் வம்சத்தைச் சேர்ந்த நிலப் பிரபுக்களின் எஸ்டேட் அது. தோப்பலேவ்க்கா என்று அழைக்கப்படுவது. அங்கேயே அருகாமையில் தோப்பலேவ்க்கா என்ற குடியானவர்கள் கிராமம் இருக்கிறது. முன்னே அவர்கள் பண்ணையடிமைகளாக இருந்தார்கள். என் தகப்பன் சாகும் வரை நிலப்பிரபுவின் வண்டிக்காரனாக உழைத்தான். எவ்கிராப் தொமீலின் பிரபு ஒரு வளர்ப்புக் கொக்குக்கு மாற்றாக அண்டை நிலப்பிரபு விடமிருந்து தன்னை வாங்கிக்கொண்ட கதையைப் பிறந்தமேனியாக நான் சுற்றிக் கொண்டிருந்த போதே எனக்கு அப்பன் சொல்லுவான். அப்பன் காலமான பிறகு நான் அவன் இடத்தில் வண்டிகாரனாக அமர்ந்தேன். நிலப்பிரபுவுக்கு அப்போது கிட்டத்தட்ட அறுபது வயது. அவன் தடித்துப் பருத்த ஆள், உடம்பிலே நல்ல வலு. வாலிபத்தில் ஜார் அரசனின் காவல் படையில் இருந்தான். அப்புறம் வேலையை முடித்துவிட்டு தோன் ஆற்றின் கரையில் போய் வாழலானான். தோன் ஆற்றுப் பிரதேசத்தில் இருந்த அவர்களுடைய நிலத்தைக் கஸாக்கியர்கள் பிடுங்கிக் கொண்டார்கள். அரசாங்கத்தார் நிலப்பிரபுவுக்கு ஸராத்தவ் குபேர்னியாவில் மூவாயிரம் தெஸ்யாத்தினா* நிலம் ஒதுக்கினார்கள். அதை ஸராத்தவ் குடியானவர்களிடம் குத்தகைக்கு விட்டுவிட்டு நிலப்பிரபு தோப்ப லேவ்க்காவில் வசித்துவந்தான்.

"அவன் விசித்திரப் பிரகிருதி. மெல்லிய கம்பளித்துணியால் உள்ளே பஞ்சுவைத்துத் தைத்த கோட்டையே எப்போதும் போட்டுக்கொள்வான், குத்துவாள் எந்நேரமும் வைத்திருப்பான். சில வேளைகளில் யார் வீட்டுக்காவது விருந்துக்குப் போகும்போது தோப்பலேவ்க்காவை விட்டுக் கிளம்பியதுமே, 'பாய்ச்சலில் விரட்டடா, பண்ணைக்காரப் பயலே!' என்று உத்தரவிடுவான்.

"நான் குதிரைகளைச் சவுக்கால் விளாறுவேன். காற்று கண்ணீரை உலர்த்த முடியாதபடி அவ்வளவு பாய்ச்சலாக வண்டி ஓடும். ரஸ்தா நடுவிலே நொடிகள் குறுக்கிட்டால்-வசந்தகாலத்தில் பனி உருகி ஓடும் போது ரஸ்தாக்களை அறுத்துக் கிடங்குகள்
_____
*தெஸ்யாத்தினா-2.7 ஏக்கர்.-(மொ-ர்.)

உண்டாக்கி விடும்முன் சக்கரங்கள் பள்ளங்களின் மேலாக ஓசையின்றிச் சென்று விடும், ஆனால் பின் சக்கரங்களோ, 'கடாக்!' என்று தூக்கிப் போடும்.. சட்டைசெய்யாமல் அரை வெர்ஸ்ட்டா* போவோம். அதற்குள் 'திருப்பு!' என்று கூச்சலிடுவான் நிலப்பிரபு. வண்டியைப் பின்னே திருப்புவேன். மறுபடி முழு வேகத்துடன் அதே நொடியில் தடாலென்று விழுந்து எழுவோம். ஒரு மூன்று தடவை அந்த நாசக் கிடங்கில் விழுந்து எழுவதற்குள் வில் முறிந்து போகும், இல்லாவிட்டால் சக்கரங்களை வண்டியிலிருந்து அப்படியே கழற்ற வேண்டியதாகி விடும். அப்போது நிலப்பிரபு இரைந்து கத்துவான், எழுந்திருந்து வீட்டுக்கு நடையைக் கட்டுவான். நான் குதிரைகளைக் கடிவாள வார்களைப் பிடித்து நடத்திக் கொண்டு அவன் பின்னே போவேன். அவனுக்கு இன்னொரு விஷயமும் வேடிக்கையான பொழுதுபோக்காக இருந்தது: எஸ்டேட்டிலிருந்து வண்டிகட்டிப் புறப்படுவோம். அவன் என்னோடு வண்டி யோட்டியின் இடத்தில் உட்கார்ந்து கொள்வான், சாட்டையை என் கையிலிருந்து பிடுங்கிக் கொள்வான். 'நடுக்குதிரையை முடுக்கு!' என்பான். நான் நடுக்குதிரையை முழுமூச்சாக விரட்டுவேன். நுகத்தடி அசங்காது. அவனோ பக்கக் குதிரைகளைச் சாட்டையால் விளாறுவான். அது முக்குதிரை வண்டி. பக்கக் குதிரைகள் தூய இரத்தம் உள்ள உயர் ஜாதி தோன் பிரதேசப் புரவிகள். பாம்புகள் போல, தலைகளை ஒரு பக்கம் சாய்க்கும், தரையைக் கறுவும்.

"ஆக, நிலப்பிரபு பக்கக் குதிரைகளில் ஒன்றைச் சாட்டையால் அடிப்பான். பாவம் அது மேலெல்லாம் நுரை கக்கப் பாய்ந்து ஓடும்.... அப்புறம் நிலப்பிரபு கட்டாரியை வெளியில் வெளியில் எடுப்பான், குனிவான், நுகவார்களைச் 'சரக்' கென்று, மழிகத்தியால் மயிரை அறுப்பதுபோலத் துணித்து விடுவான். குதிரை விர்ட்டென்று இரண்டொரு தாவடி தலைகுப்புறப் பாய்ந்து தடாரென்று தரையில் விழும், அதன் மூக்குத் துளைகளிலிருந்து குருதி பெருகும்-அதன் பாடு தீர்ந்துவிடும்!... இதே வகையில் இன்னொரு பக்கக் குதிரையையும்.... நடக்குதிரை அதற்கு மூச்சு முட்டிப் போகும் வரையிலும் ஓடும். நிலப்பிரபுவுக்கு என்ன

---

* வெர்ஸ்ட்டா - 1.06 கிலோமீட்டர். (மொ-ர்.)

ஆனாலும் கொஞ்சம் மனக்களிப்பு உண்டாகும், அவன் கன்னங்களில் சிவப்பு ஏறும்.

"ஆக, போக வேண்டிய இடத்துக்குப் போய்ச் சேரவே மாட்டான். ஒன்றா வண்டியை முறித்து விடுவான், அல்லது குதிரைகளைக் கொன்றுவிடுவான். அப்புறம் வியர்க்க விறுவிறுக்க நடப்பான். குதூகலப் பேர்வழி நிலப்பிரபு.... நடந்து போன சங்கதி, ஆண்டவன் எங்கள் விவகாரத்தில் தீர்ப்புக் கூறுவாராக.... என் பெண்சாதி வீட்டு வேலைக்காரியாக இருந்தாள் நிலப்பிரபு அவளோடு தொடுப்பு வைத்துக் கொண்டிருந்தான். ஒரு நாள் அவள் வேலையாட்கள் இருப்பிடத்துக்கு ஓடிவந்தாள். அவளுடைய சட்டை தும்புதும்பாகக் கிழிந்து தொங்கிக் கொண்டிருந்தது, தொண்டை கிழிய வீரிட்டாள். பார்க்கிறேனோ, அவள் மார்பெல்லாம் கடித்துப் பிடுங்கியிருக்கிறது, தோல் நார் நாராகத் தொங்குகிறது... ஒரு நாள் ராத்திரி நிலப்பிரபு வைத்தியத் துணைவனை அழைத்து வர என்னை அனுப்பினான். அதற்குத் தேவையே இல்லை என்பது எனக்குத் தெரியும். விஷயம் மோப்பம் கண்டுகொண்டேன். என்ன என்று ஸ்தெப்பி வெளியில் நடு இரவுவரை காத்திருந்து விட்டுத் திரும்பினேன். அடிகளத்தின் வழியாக எஸ்டேட்டுக்குள் நுழைந்தேன். குதிரைகளை அவிழ்த்துத் தோட்டத்திற்குள் விரட்டினேன், சாட்டையை எடுத்துக்கொண்டு வேலையாட்கள் பகுதியில் என் அறைக்குப் போனேன். கதவை இழுத்துத் திறந்தேன். கட்டிலில் ஏதோ பரபரப்பு கேட்டது, என்றாலும் நான் வேண்டுமென்றே நெருப் புக்குச்சி கிழிக்கவில்லை.. என்னுடைய எஜமானன் கட்டிலிலிருந்து எழுந்திருந்தானோ இல்லையோ, விளாறினேன் அவனைச் சாட்டையாலே. என்னுடைய சாட்டை நுனியில் ஈயக் குண்டு பொருத்தியிருந்தது..... ஜன்னல் பக்கமாக அவன் தட்டித் தடவுவது கேட்டது. போட்டேன் இன்னொரு போடு நடு நெற்றியில். அவன் ஜன்னல் வழியாக வெளியே குதித்துவிட்டான். நான் பெண்சாதியை

லேசாக இரண்டு தட்டு தட்டிவிட்டுப் படுத்து உறங்கினேன். இதற்குச் சுமார் ஐந்து நாட்களுக்கு அப்புறம் வண்டி கட்டிக் கட்டிக் கொண்டு ஊருக்குப் புறப்பட்டோம். அவன் உட்காருமிடத்தில்

கால் போர்வையை விரிக்கலானேன். அப்போது நிலப் பிரபு சாட்டையை எடுத்து அதன் நுனியைக் கூர்ந்து பார்த்தான். கையிலே அதை மறுபடி மறுபடி திருப்பி, ஈயக்குண்டைத் தொட்டுப் பார்த்துவிட்டு, ஏனடா நாய் மகனே, சாட்டையில் ஈயக்குண்டை எதற்காக அடா பொருத்தியிருக்கிறாய்?' என்று கேட்டான்.

"'நீங்களேதான் உத்தரவிட்டீர்கள்' என்று பதில் சொன்னேன்.

"அவன் பேசவில்லை. ரஸ்தா நெடுகிலும் முதல் நொடி வரை, பற்களின் இடை வழியாகச் சீழ்க்கை அடித்துக்கொண்டு வந்தான். நான் சும்மா லேசாகத் திரும்பிப் பார்த்தேன்: அவனுடைய தலைமயிர் நெற்றியை மறைக்குமாறு விடப்பட்டிருந்தது. தொப்பி நன்றாக அழுத்தி வைக்கப்பட்டிருந்தது....

"இதற்கு இரண்டு ஆண்டுகளுக்கெல்லாம் பக்கவாதம் அவனைச் சாய்த்துவிட்டது. ஊஸ்த்-மெத் வேதித்ஸா என்ற இடத்துக்கு வண்டியில் கொண்டு போனார்கள், டாக்டர்களை அழைத்தார்கள். அவன் தரையில் கிடந்தான், உடம்பெல்லாம் கறுத்துப்போய் விட்டது. நூறு ரூபிள் நோட்டுக்கட்டுகளைக் கோட்டுப் பையிலிருந்து எடுத்துத் 'சொஸ்தப்படுத்துங்கள தரையில் கடாசி, அசிங்கங்களா! எல்லாவற்றையும் கொடுத்துவிடுகிறேன்!...' என்று காற்றுமட்டுமே வெளிவரக் கரகரத்தான்.

"ஆண்டவன் சித்தம், நிலப்பிரபு பணத்தோடு இறந்து போனான். அவனுக்கு வாரிசாக இருந்தவன் படை அதிகாரியான மகன். சின்னப் பயலாக இருக்கையிலேயே சில வேளைகளில் நாய்க்குட்டிகளை உயிரோடு தோல் உரித்து, பிய்த்துக்கொண்டு விட்டுவிடுவான். அப்பனையே உரித்து வைத்தது போன்றவன் இவன். வளர்ந்ததும் அசட்டு விளையாட்டுத்தனத்தை விட்டு விட்டான். உயரமாக ஒடிசலாக இருப்பான். கண்களின் கீழே, பெண்களுக்கு இருப்பவை போலக் கரிய வட்டங்கள் இருக்கும்.... மூக்கு மேலே தங்க விளிம்புக் கண்ணாடி மாட்டியிருப்பான். கயிற்றில் கட்டியிருக்குமே, அம்மாதிரிக் கண்ணாடி. ஜெர்மன் யுத்தத்தில் சைபீரியாவில் கைதிகளை மேல்பார்க்கும் தலைமை அதிகாரியாக வேலை பார்த்தான். புரட்சிக்குப் பிறகு எங்கள்

வட்டாரத்திற்கு வந்து சேர்ந்தான். அந்தச் சமயத்தில் என்னுடைய காலஞ்சென்ற மகன்வழிப் பேரர்கள் வாலிபம் அடைந்திருந்தார்கள். பெரியவன் ஸெம்யோனுக்குக் கலியாணம் ஆகியிருந்தது, ஆனால் சின்னவன் அனிக்கேய் இன்னும் இளவட்டம். அவன்களோடு தான் நான் வசித்து வந்தேன். வாழ்க்கையின் கடைசி நாட்களில் மூலையே கதியாய் ஒண்டியிருந்தேன்.... வசந்தகாலத்தில் மறு புரட்சி ஏற்பட்டது. எங்கள் குடியானவர்கள் இளம் நிலப்பிரபு எஸ்டேட்டிலிருந்து விரட்டிவிட்டார்கள். பிரபுவின் நிலத்தைப் பங்குபோட்டுக் கொள்ளும் படியும் மற்றச் சொத்துக்களை வீட்டுக்கு இவ்வளவு என்று எடுத்துக்கொள்ளும்படியும் ஸெம் யோன் அன்றைக்கே குடியானவர்களிடம் பேசி இணங்க வைத்தான். அப்படியே செய்தார்கள்: ஜங்கம சொத்துக்களைத் தலைக்கு இவ்வளவு என்று எடுத்துக்கொண்டார்கள், நிலத்தைத் துண்டுகளாகப் பங்கு போட்டு உழத் தொடங்கினார்கள். ஒரு வாரத்துக்குப் பின், அல்லது அல்லது ஒருவேளை அதற்கும் குறைவான காலத்திற்குள், நிலப்பிரபு எங்கள் ஊராரைத் தாக்கிக் கொல்வதற்காகக் கஸாக்கிய வீரர்களுடன் வருகிறான் என்ற வதந்தி பரவியது. துப்பாக்கிகள் ஏற்றி வருவதற்காக இரண்டுவண்டிகளை நாங்கள் உடனேயே ரயிலடிக்கு அனுப்பினோம். ஈஸ்டர் திருநாளுக்கு முந்திய வாரத்தில் செஞ் சேனைவீரர்களிடமிருந்து துப்பாக்கிகள் பெற்று வந்தோம். தோப்பலேவ்க்கா கிராமத்துக்குப் பின்னே காப்பகழ்கள் தோண்டிக்கொண்டோம். அவற்றை நிலப்பிரபுவின் குளம்வரையும் நீட்டினோம்.

“அதோ அங்கே, புதர் வட்டமாக வளர்ந்திருக்கிறதே, பார்த்தாயா, அந்தப் பள்ளத்துக்கு அப்பாலே, காப்பகழ்களிலே தயாராக இருந்தார்கள் தோப்பலேவ்க்காக் குடியானவர்கள் என்னவர்களும் -ஸெம்யோனும் அனிக்கேயும்கூட அங்கே இருந்தார்கள். பெண்கள் காலையிலிருந்தே அவர்களுக்குச் சாப்பாடு கொண்டுவந்து கொடுத்தார்கள். சூரியன் தலைக்கு உயரே வந்ததும் குன்று மேலே குதிரை வீரர்கள் காணப்பட்டார்கள். வாள்களை உருவிக் கொண்டு குன்றின் சிகரம் பூராவிலும் அடர்ந்து பரவினார்கள். வெள்ளைக்குதிரை ஏறி முன்னால் வந்தவன் வாளை

வீசினான், உடனே மற்றக் குதிரை வீரர்கள் பட்டாணிக் கடலைகள் போலக் குன்றின் மேலிருந்து உருண்டோடி வந்ததையும் நான் கண்டேன். நடையிலிருந்து நிலப்பிரபுவின் வெள்ளைக் குதிரையையும் குதிரையைக் கொண்டு சவாரி தவணையும் இனங் கண்டு கொண்டேன்... எங்களவர்கள் இரண்டு தடவை கஸாக்கியர்களின் தாக்குதலை முறியடித்தார்கள், ஆனால் முன்றாந் தடவை கஸாக்கியர்கள் பின்னாலிருந்து வந்து தந்திரமாக வளைத்துக் மாலை மங்கியது, கொண்டார்கள். ஒரே படு கொலை நடந்தது... சண்டையும் முடிந்தது. நான் வீட்டிலிருந்து தெருவுக்கு வந்தேன். ஆட்களின் ஒரு கும்பலைக் குதிரைவீரர்கள் எஸ்டேட்டுக்கு நடத்திப் போவதைக் கண்டேன். தடியும் கையுமாக நானும் அங்கே போனேன்.

"முகப்பு வெளியில் எங்கள் தோப்பலேவ்க்காக்காரர்கள், இதோ இந்த ஆடுகள் மாதிரியே கும்பலாய்க் கூடி இருந்தார்கள். சுற்றிலும் கஸாக்கியர்கள். நான் அருகே போய், 'சொல்லுங்கள், தம்பிமாரே, என் பேரப்பிள்ளைகள் எங்கே?' என்று கேட்டேன்.

"கும்பலின் நடுவிலிருந்து இரண்டு பேரும் குரல் கொடுத்தது என் செவிக்கு எட்டியது. நாங்கள் மூன்று பேருமாகக் கூடி ஆலோசனை செய்தோம். அப்போது தலைவாசலில் நிலப்பிரபு வெளிவந்ததைக் கண்டேன்.

"அவன் என்னைப் பார்த்து, 'நீயா அது, ஸகார் தாத்தா?' என்று வினவினான்.

" 'ஆமாம், பிரபுவே!'

" 'எதற்கா காக வந்திருக்கிறாய்?'

"நான் தலைவாசலை நெருங்கி முழந்தாள் படியிட்டேன்.

" 'பேரப்பிள்ளைகளை விபத்திலிருந்து கைதூக்கி விட வந்திருக்கிறேன். இரக்கம் காட்டுங்கள், பிரபுவே! உங்கள் தகப்பனாருக்கு ஆண்டவன் அவருக்கு நற்கதி அளிப்பானாக ஆயுட்காலம் முழுவதும் தொண்டு செய்தேன். என் மனப்பூர்வமான உழைப்பை நினைவுபடுத்திக்கொள்ளுங்கள், பிரபுவே. என் கிழப்பருவத்துக்கு இரங்குங்கள்!...'

“ ‘விஷயம் இதுதான், ஸகார் தாத்தா. நீ என் தகப்பனாருக்குச் செய்த சேவையை நான் வெகுவாக மதிக்கிறேன். ஆனால் உன் பேரப்பிள்ளைகளை விடுதலை செய்ய என்னால் முடியாது. அவர்கள் அடிப்படையான குழப்பக்காரர்கள். விதிப்படி நடக்கவிடு, தாத்தா’ என்றான் அவன்.

“நான் அவன் கால்களைக் கட்டிக்கொண்டு தலைவாசலில் ஊர்ந்தேன்.

“ ‘இரக்கங்காட்டு, பிரபுவே! என் கண்ணே, ஸகார் தாத்தா உன்னை எப்படிச் சீராட்டி உனக்குப் பணிவிடை செய்தான் என்பதை நினைவுபடுத்திக் கொள். கொன்றுவிடாதே. என் ஸெம்யோனுக்குக் கைக்குழந்தை இருக்கிறது!’

“அவன் மணமுள்ள சிகரெட்டைக் குடித்தான், புகையை மேலே நோக்கி ஊதிவிட்டுச் சொன்னான்:

“ ‘போய் அந்தக் கயவாளிகளை என் அறைக்கு வரச் சொல்லு. அவர்கள் என்னிடம் மன்னிப்பு கேட்கமுடிந்தால், போனால் போகிறது, அப்பாவின் நினைவுக்காக அவர்களுக்குச் சவுக்கடி மட்டும் கொடுத்துவிட்டு என் பட்டாளத்தில் சேர்த்துக் கொள்கிறேன். உளமார்ந்த தொண்டின்மூலம் அவர்கள் தாங்கள் செய்திருக்கும் வெட்கக்கேடான குற்றத்துக்குப் பரிகாரம் செய்யக்கூடும்.’

“நான் முகப்பு வெளிக்கு ஓடி, பேரர்களுக்கு விஷயத்தைச் சொல்லி, அவர்களுடைய சட்டைக் கைகளைப் பிடித்து இழுத்தேன்.

“ ‘வாருங்கள், துஷ்டர்களா. பிரபு மன்னிக்கும் வரையில் தரையிலிருந்து எழாதீர்கள்!’ என்றேன்.

“ஸெம்யோன் தலையைக்கூட நிமிர்த்தவில்லை. வெயிலில் உட்கார்ந்துகொண்டு குச்சியால் தரையைக் கிளறிக் கொண்டிருந்தான். அனிக்கேய் என்னை ஒரே பார்வையாகப் பார்த்துக் கொண்டிருந்துவிட்டு உறுமுவதுபோலப் பேசினான்:

“ ‘உன் பிரபுவிடம் போய்ச் சொல்லு: ஸகார் தாத்தா வாழ்நாள் பூராவும் முழந்தாள் படியிட்டான், அவனுடைய மகனும்

படியிட்டான், ஆனால் பேரர்கள் அப்படிச் செய்ய விரும்பவில்லை என்று இப்படியே சொல்லு!'

" 'வர மாட்டாயாடா, நாய்ப்பயலே!'

" 'மாட்டேன்!'

" 'தறிதலைப் பயலே, நீ ஒண்டிக் கட்டை, வாழ்ந்தாலும் செத்தாலும் உன் பாடு. ஆனால் ஸெம்யோனை எங்கே இழுக்கிறாய்? அவன் பெண் சாதி பிள்ளைகளை யார் தலையில் கட்டுவது?'

"நான் பார்த்தேன், ஸெம்யோனின் கைகள் நடுங்கின. குச்சியால் மண்ணைக் கிளறி, வைக்காத ஒன்றை அங்கே தேடினான். ஒரு வார்த்தை பேசவில்லை. எருது போல மௌனம் சாதித்தான்.

" 'போ தாத்தா, எங்களைக் கோபித்துக் கொள்ளாதே' என்று கெஞ்சினான் அனிக்கேய்.

" 'போக மாட்டேன், உன் முகரையில் சேற்றை வாரிப் போட! ஸெம்யோன் பெண்சாதி அனீஸியா ஏதேனும் நேர்ந்தால் தற்கொலை செய்து கொள்வாள்!' என்றேன்.

"ஸெம்யோனின் கையில் இருந்த குச்சி சடக்கென்று ஒடிந்துவிட்டது.

"நான் காத்திருந்தேன். அவர்களோ, மறுபடி மௌனம் ஆகிவிட்டார்கள்.

" 'கண்ணே, ஸெம்யோன், என் குடும்ப விளக்கே, நிதானத்துக்கு வா, போவோம் பிரபுவிடம்!'

" 'நிதானத்துக்கு வந்துவிட்டோம்! பிரபுவிடம் போக மாட்டோம்! நீயே போய்க் காலில் விழுந்து கொள்!' என்று பயங்கரமாகச் சீறினான் அனிக்கேய்.

" 'பிரபுவின் முன்னால் முழந்தாள் படியிட்டேனே, அதைக் குத்திக்காட்டுகிறாயா? அதனால் என்ன? நான் கிழவன், தாய்ப்பாலுக்குப்பதில் பிரபுவின் சாட்டையடியைச் சுவைத்தேன்.

சொந்தப் பேரப்பிள்ளைகளின் முன் முழந்தாள் படியிடுவதையும் அவமானமாக எண்ண மாட்டேன்' என்றேன் நான்.

"முழந்தாள் படியிட்டு தரையில் தலை வணங்கி வேண்டினேன். ஆட்கள் என்னைப் பாராதது போல முகத்தைத் திருப்பிக் கொண்டார்கள்.

" 'போ, தாத்தா.... போ, இல்லையேல் கொன்று விடுவேன்!' என்று கத்தினான் அனிக்கேய். அவன் உதடுகளில் நுரை ததும்பிற்று, கயிற்றுச் சுருக்கில் மாட்டிக்கொண்ட ஓநாய்போல அவன் கண்கள் வெறித்து நோக்கின.

"நான் மறுபடியும் பிரபுவிடம் போனேன். அவன் என்னை உதைத்துத் தள்ளாதபடி கால்களை மார்போடு அணைத்துக் கொண்டேன். என் கைகள் மரத்துப்போயின. அப்போதும் ஒரு சொல் என் வாயிலிருந்து கிளம்பவில்லை.

" 'எங்கே உன் பேரர்கள்?' என்று கேட்டான் அவன்.

" 'பயப்படுகிறார்கள், பிரபுவே....'

" 'ஓ, பயப்படுகிறார்களோ....' மேற்கொண்டு அவன் ஒன்றும் சொல்லவில்லை. தன் ஜோட்டினால் நேரே என் வாயில் ஓர் உதை கொடுத்துவிட்டுத் தலைவாசலுக்குப் போய்விட்டான்."

ஸகார் தாத்தா மிக அடிக்கடி இடைமுறிந்த அரை மூச்சு விடலானார். நிமிட நேரத்துக்கு அவர் முகம் சுளித்து வெளிறிற்று. குறுகிய, கிழ விம்மலைக் கடும் பிரயாசையின் பேரில் அடக்கிக் கொண்டு வறண்ட உதடுகளை உள்ளங்கையால் துடைத்துவிட்டு மறுபுறம் திரும்பிக் கொண்டார். நீர்க்குட்டத்திற்கு மறுபுறத்தில் பருந்து தன் இறக்கைகளைச் சாய்வாக விரித்துப் புல்லில் சாடி வெண்மார்பு ஸ்தெப்பிக் கொக்கு ஒன்றைத் தரையிலிருந்து மேலே தூக்கிச் சென்றது. பஞ்சிறகுகள் வெண்பனிச் சிதர்கள் போல விழுந்தன. புல்லின் மேல் அவற்றின் பளபளப்பு சகிக்க முடியாதபடிக் கூரியதாகவும் உறுத்துவதாகவும் இருந்தது. ஸகார் தாத்தா மூக்கைச் சிந்தினார். பின்னல் சட்டை விளிம்பில் விரல்களைத் துடைத்துக் கொண்டார், பின்பு மறுபடி சொல்லலானார்:

“நான் அவன் பின்னே தலைவாசலுக்குப் போனேன். ஸெம்யோனின் பெண்சாதி அனீஸியா குழந்தையோடு ஓடிவருவதைக் கண்டேன். இந்தப் பருந்து சாடியது போலவே அவள் புருஷன்மேல் விழுந்து மோதிக் கொண்டு அவன் கைகளில் விறைத்துப் போனாள்....

“குதிரைப்படை சார்ஜன்ட் மேஜரைப் பிரபு அருகே அழைத்து, ஸெம்யோனையும் அனிக்கேயையும் சுட்டிக்காட்டினான். சார்ஜன்ட் மேஜரும் ஆறு கஸாக்கியர்களும் அவர்கள் இருவரையும் பிடித்துப் பிரபுவின் தோட்டத்துக்கு இட்டுச் சென்றார்கள். நான் பின்னோடு நடந்தேன். அனீஸியாவோ, குழந்தையை முகப்பு வெளி நடுவே போட்டுவிட்டுப் பிரபுவின் பின்னால் போய்க் கெஞ்சலானாள். ஸெம்யோன் எல்லோருக்கும் முன்னே விடுவிடென்று நடந்து குதிரை லாயம் வரை போய் உட்கார்ந்தான்.

“ ‘எதற்காக நீ இப்படி?’ என்று கேட்டான் பிரபு.

“ ‘ஜோடுகள் காலை இறுக்குகின்றன. திராணி இல்லை’ என்று பதில் சொல்லிவிட்டுப் புன்னகை பூத்தான் ஸெம்யோன்.

“ஜோடுகளைக் கழற்றி என்னிடம் என்னிடம் கொடுத்தான்.

“ ‘தாத்தா, இவைகளைப் போட்டுக் கொண்டு சுகமாய் இரு. இரட்டை அடித்தோல் வைத்தவை, வலுவானவை’ என்றான்.

“நான் ஜோடுகளை எடுத்துக் கொண்டேன். நாங்கள் மேலே நடத்தோம். காய்கறித் தோட்டத்துக்கு நேராக வந்ததும் அவர்கள் இருவரும் வேலியோரமாக நிறுத்தப்பட்டார்கள். கஸாக்கியர்கள் துப்பாக்கிகளைக் கெட்டித்தார்கள். பிரபு பக்கத்தில் நின்றுகொண்டு சின்னக் கத்தரிக்கோலால் கைவிரல் நகங்களைக் கத்தரித்துக் கொண்டிருந்தான். கத்தரிக்கோல் பிடி மிகவும் வெளுப்பாய் இருந்தது.

“ ‘பிரபுவே, இவர்களுடைய உடைகளைக் கழற்றிக்கொள்ள அனுமதியுங்கள். துணிமணிகள் நல்லவை, ஏழ்மையில் எங்களுக்கு உபயோகப்படும், போட்டுக் கொள்வோம்’ என்று சொன்னேன்.

“ ‘கழற்றட்டும்.’

"அனிக்கேய் கால்சராயைக் கழற்றி உள் வெளியாகத் திருப்பி வேலி முள்ளில் தொங்க விட்டான். பைக்குள்ளிருந்து புகையிலைப் பையை எடுத்தான், சிகரெட் பற்றவைத்துக் கொண்டான், கால்களை அகல வைத்து நின்று அகல புகை வளையங்கள் விட்டு, வேலிக்கு மேலாகத் துப்பினான்... செம்யோன் எல்லாத் துணிகளையும் களைந்துவிட்டு அம்மணம் ஆகிவிட்டான். கித்தான் துணியாலான உள்ளுடைகளைக்கூடக் கழற்றிவிட்டான், ஆனால் தொப்பியைக் கழற்ற மறந்துவிட்டான், மூளை மரத்துப்போய் விட்டது. எனக்கா, சிலபோது குளிர் நடுக்குகிறது, சிலபோது வெக்கை தகிக்கிறது. தலையைத் தடவிக்கொண்டேன், வியர்வை சில்லென்றிருந்தது, ஊற்று நீர் போல.... பார்த்தேன், பேரர்கள் அக்கம் பக்கமாக நின்றார்கள்... செம்யோனின் மார்பில் ரோமம் காடாக வளர்ந்திருந்தது. உடம்பு வெற்றாயிருந்தது, தலையில் மட்டும் தொப்பி.... புருஷன் இந்த மாதிரி முழு நிர்வாணமாகத் தலையில் தொப்பியோடு நிற்பதைப்பெண்களின் நிலைமையிலிருந்து பார்த்த அனீஸியா அவன் பக்கம் தாவி மரத்தைக் கொடி தழுவுவது போல ஆலிங்கனம் ஆலிங்கனம் செய்து கொண்டாள். செம்யோன் அவளைத் தன்னிடமிருந்து விலக்கித் தள்ளினான்.

" 'அப்பாலே போ, மானங்கெட்டவளே!... அதிலும் இத்தனை பேருக்கு எதிரே! நிதானத்துக்கு வா. அறிவு மழுங்கிவிட்டதா உனக்கு? நான் ஒரே அம்மணமாய் இருப்பது இருப்பது கண்ணிலே பட வில்லையோ?... வெட்கக்கேடு...' என்றான்.

"அவளோ ஒரே அலங்கோலமாக இருந்தாள்.

" 'எங்கள் இரண்டு பேரையும் சுடுங்கள்!' என்று ஒரே மூச்சாக அலறினாள்....

"பிரபு கத்தரிக்கோலைக் கோட்டுப்பைக்குள் வைத்துவிட்டு, 'சுடவா?' என்று கேட்டான்.

" 'சுடு, நாசமாய்ப் போகிறவனே!...'

"இப்படி அவள் பிரபுவையாக்கும் சபித்தாள்!

“ ‘இவளைப் புருஷனோடு சேர்த்துக் கட்டுங்கள்!’ என்று உத்தரவிட்டான் பிரபு.

“அனீஸியா சுதாரித்துக் கொண்டு விட்டாள், ஆனால் ஒன்றும் பயனில்லை. கஸாக்கியர்கள் கடிவாளவாரால் அவளை ஸெம்யோனோடு பிணைத்துக் கட்டிவிட்டார்கள்.... அந்த முட்டாள் பெண் தரையில் விழுந்து புருஷனையும் விழத்தட்டி விட்டாள்... பிரபு அருகே நெருங்கி, ‘ஒருவேளை, குழந்தைக்காக மன்னிப்பு கேட்பாயா?’ என்று வினவினான்.

“ ‘கேட்கிறேன்’ என்று முனகினான் ஸெம்யோன்.

“ ‘நல்லது கேள், ஆனால் கடவுளிடம்... என்னிடம் கேட்பதற்கு நேரம் தாழ்த்துவிட்டாய்!...’

“தரையில் கிடந்த நிலையிலேயே அவர்களைக் கொன்று விட்டார்கள்.. குண்டுகள் சுடப்பட்ட பின்பு அனிக்கேய் நின்றபடியே தள்ளாடினானே தவிர உடனே விழவில்லை. முதலில் முழந்தாள்களை மடித்து உட்கார்ந்தான், அப்புறம் பின்னால் ஒரேயடியாகச் சாய்ந்து முகம் மேலே இருக்கும்படி விழுந்தான்.

“பிரபு அவன் பக்கத்தில் போய் மிகவும் பரிவான குரலில் கேட்டான்:

“ ‘உயிர் பிழைக்க விரும்புகிறாயா? விரும்பினால் மன்னிப்பு கேள். ஐம்பது சவுக்கடி கொடுத்துப் போர்முனைக்கு அனுப்பி விடுவோம்.’

“அனிக்கேய் வாய் நிறைய எச்சிலைச் சேர்த்துக்கொண்டான், ஆனால் பிரபுவின்மேல் படும் படி துப்புவதற்குத் திராணி பற்றவில்லை. உமிழ் நீர் மோவாயில் வழிந்தது.. ஆத்திரத்தினால் ஒரேயடியாக வெளிறிப் போனான். ஆனால் ஆத்திரப்பட்டு என்ன செய்ய?... மூன்று குண்டுகள் அவனைத் துளைத்து விட்டிருந்தனவே....

“ ‘இவனை இழுத்து ரஸ்தாவில் போடுங்கள்!’ என்று பிரபு உத்தரவிட்டான்.

“கஸாக்கியர்கள் அவனை இழுத்து வேலிக்கு அப்பால் ரஸ்தாவுக்குக் குறுக்காகக் கடாசினார்கள். அந்த நேரத்தில் தோப்பலேவ்க்காவிலிருந்து கஸாக்கியப் பட்டாளம் கிராமத்துக்குக் குதிரைகள் மேல் போய்க் கொண்டிருந்தது. இரண்டு பீரங்கிகளும் பட்டாளத்துடன் சென்றன. பிரபு சேவல் போல வேலிமேல் தொற்றி ஏறி, ‘குதிரைவீரர்களே, பாய்ச்சலாக! விலகிப்போக வேண்டாம்!’ என்று உரக்கக் கத்தினான்.

“எனக்கு மயிர்க் கூச்செறிந்தது. ஸெம்யோனின் உடைகளையும் ஜோடுகளையும் கைகளால் இறுகப் பற்றிக்கொண்டேன். ஆனால் கால்கள் தாள மாட்டாமல் துவண்டன.... குதிரைகள் இருக்கின்றனவே, அவற்றுக்குள் இறைவனின் அருட் பொறி இருக்கிறது. ஒரு குதிரைகூட அனிக்கேயை மிதிக்கவில்லை, எல்லாம் அவனைத் தாண்டிக் குதித்துச் சென்றன.... நான் வேலிமேல் சாய்ந்தேன், கண்களை மூட என்னால் முடியவில்லை, வாய் வறண்டு போயிற்று.... பீரங்கி வண்டிச் சக்கரங்கள் அனிக்கேயின் கால்கள்மேல் ஏறின.... சிவக்க வறுத்த ரஸ்க்குகள் போல அவை கறுமுறுத்தன. சிறுசிறு சிலும்புகளாகச் சதைந்து நொறுங்கிப் போயின... மரண வேதனையால் அனிக்கேய் துடிதுடித்து இறந்து போவான் என்றே நினைத்தேன். அவனோ கத்தவில்லை, முணுக்கென்று கூட முனகவில்லை. தலையை வலிவாக அழுத்தி வைத்துக் கொண்டு தெரு மண்ணைக் கைகளால் வாரி வாய்க்குள் திணித்துக் கொண்டான்.. மண்ணைச் சவைத்துக் கொண்டே பிரபுவை நோக்கினான். கண்களைக் கொட்டவே இல்லை. விழிகளோ வானகம் போன்று தெளிவுடன் ஒளி வீசின.

“தொமீலின் பிரபு அன்றைக்கு முப்பத்து இரண்டு பெயரைச் சுட்டுத்தள்ளினான். இவர்களில் அனிக்கேய் ஒருவன் மட்டுமே தன் இறுமாப்பின் காரணமாக உயிர் பிழைத்தான்...”

ஸகார் தாத்தா கெண்டி நீரை வெகு நேரம் ஆவலுடன் பருகினார். நிறமிழந்த உதடுகளைத் துடைத்துக் கொண்டு ஆயாசத்துடன் கதையை முடித்தார்:

“இதெல்லாம் என்றைக்கோ மறந்து போன சேதி ஆகிவிட்டது. மிச்சம் இருப்பவை காப்பகழ்கள் மட்டுமே-இவற்றில் இருந்து கொண்டு தான் எங்கள் குடியானவர்கள் நிலத்தைப் போராடிப் பெற்றார்கள். இப்போது இவற்றில் புல்லும் ஸ்தெப்பிச் செடிகளும் கூட வளர்கின்றன... அனிக்கேயின் கால்களை வெட்டி எடுத்து விட்டார்கள். இப்போது அவன் உடலைத் தரையோடு இழுத்துக் கொண்டு கைகளால் நடக்கிறான். பார்ப்பதற்கு என்னவோ குதூகலமாகத்தான் இருக்கிறான். ஸெம்யோனின் மகனோடு தினந்தோறும் நிலைவாசலுக்குப் பக்கத்தில் பலப்பரீட்சை செய்து பார்க்கிறான். சின்னப் பயல்தான் அவனை விட உயரமாக வளர்ந்து விட்டானே.. குளிர்காலத்தில் சில சமயங்களில் சந்தில் உட்கார்ந்து கொள்வான் அனிக்கேய். ஆட்கள் கால்நடைகளை ஆற்றுக்குத் தண்ணீர் காட்ட ஓட்டிச்செல்வார்கள். அவனோ, கைகளை உயர்த்திக் கொண்டு ரஸ்தாவில் உட்கார்ந்திருப்பான்... எருதுகள் திகில் கொண்டு பனிக்கட்டி மேல் ஓடும், வழுக்கலில் விழுந்து அவயவங்களை முறித்துக்கொள்ளப் பார்க்கும். அவனோ சிரிப்பான். ஒரு தரம்தான் கண்டித்தேன்... வசந்தகாலத்தில் நமது கம்யூனின் டிராக்டர் கஸாக்கிய எல்லைக்கு மறுபுறம் நிலத்தை உழுது கொண்டிருந்தது. அனிக்கேய் ஏதோ ஒரு வண்டியில் தொற்றிக் கொண்டு தானும் அங்கே போய்ச் சேர்ந்தான். கொஞ்ச தூரத்தில் நான் ஆடுகளை மேய்த்துக் கொண்டிருந்தேன். என் அனிக்கேய் உழுத நிலத்தில் வளையவருவதைக் கண்டேன். என்ன செய்யப் போகிறான் என்று சிந்தித்தேன். அனிக்கேய் சுற்றுமுற்றும் கண்ணோட்டினான். அக்கம் பக்கத்தில் ஆட்கள் இல்லை என்பதைக் கண்டுகொண்டான். தரையில் முகத்தைப் புதைத்துக் கொண்டு கொழுமுனையால் குத்திப் புரட்டப்பட்ட மண் கட்டியைத் தழுவித் தன் உடம்போடு அணைத்து, கைகளால் வருடினான், முத்தமிட்டான்... இருபத்தைந்தாவது வயது நடக்கிறது அவனுக்கு, ஆனாலும் நிலத்தை உழுவதற்கு அவனுக்கு இனி வாய்க்காதே... அதனால்தான் அப்படி ஏங்குகிறான்...”

புகைநீலக் கருக்கலில் நீல வண்ண ஸ்தெப்பி அரைத் தூக்கத்தில் இருந்தது. செடிகளிலிருந்து தேனீக்கள் அன்றையக்

கடைசிப் பூந்தேன் கப்பத்தை வசூலித்துக் கொண்டிருந்தன. வெண்கற்றை முடியும் ஆடம்பரத் தோற்றமும் கொண்ட கூந்தற்புல் குஞ்சம் வைத்த கொண்டைக் இறுமாப்புடன் அலைத்தது. ஆட்டு கற்றையை மந்தை திட்டுச் சரிவில் தோப்பலேவ்க்கா கிராமத்தை நோக்கி நகர்ந்தது. ஸகார் தாத்தா தடியூன்றி மெளனமாக நடந்தார். ரஸ்தாவில், மிக அக்கறையுடன் அலங்கார விளிம்புகட்டிய துவாலை போன்ற புழுதிமீது தடங்கள் தென்பட்டன: ஒரு தடம் ஓனாய்க் காலடிகள் போல விரல்கள் அகன்று கிளைத்துத் தூரதூரமாகப் பதிந்திருந்தது; மற்றதோ காய்ந்த பட்டைகளாக வழியில் தாறுமாறாகத் தீட்டிக் சென்றிருந்தது. இவை தோப்ப லேவ்க்கா கிராம டிராக்டரின் தடங்கள்.

கெட்மான் சாலை என்று ஒரு காலத்தில் அழைக்கப்பட்டு இப்போது மறந்துவிடப்பட்ட, பூண்டுகள் தழைத்து மண்டியிருந்த பாதையும் ஸ்தெப்பி வழியும் சேரும் இடத்தில் தடங்கள் வேறு திசையில் விலகின. ஓனாய்த் தடம் ஒரு புறம் திரும்பி, களைப்பூண்டுகளும் முட்புதர்களும் ஊடே கடக்க முடியாதவாறு செறிந்து பறட்டையாய் அடர்ந்திருந்த ஆழ் பள்ளத்தை நோக்கிப் போயிருந்தது. எரிந்த மண்ணெண்ணெய் நெடி வீசிய, அகன்று கனத்த ஒரு தடம் ரஸ்தாவில் எஞ்சியிருந்தது.

குதிரைக் குட்டி

பட்டப்பகலில், மரகத ஈக்கள் அடையாக அப்பிக் கொண்டிருந்த சாணக்குவியலின் அருகே, நீட்டிய முன்னங் கால்களுடன், தலை முன்னாக அது தாயின் கருப்பைக்கு உள்ளிருந்து வெளியே வந்தது; ஷ்ராப்னெல் குண்டுவெடிப்பின் மென்மையான, கரையும் நீல உருண்டையை உடனேயே தனக்கு உயரே கண்டது. ஊளை ஓசை அதன் ஈரச் சிற்றுடலைத் தாயின் கால்களுக்கு அடியில் பதுங்கச் செய்தது. பெருந்திகில்தான் இங்கே, தரையுலகில் அது முதன் முதலாக அனுபவித்த உணர்ச்சி. சிறுதூரப் பீரங்கிகளின் குண்டுகள் லாயத்தின் ஓட்டுக்கூரைமேல் நாற்றம் அடிக்கும் ஆலங் கட்டிகள் போலச் சடபடத்தன. அவை லேசாகத் தரையில் சிதறியதால் குதிரைக்குட்டியின் தாய் -த்ரோபீமின் செம்பழுப்புப் பெண்பரி-சட்டென எழும்பிக் குதித்து, சிறு கனைப்புக் கனைத்து, வியர்க்கும் விலாவுடன் மறுபடி காப்புக் குவியலோடு ஒண்டிக் கொண்டது.

இதைத்தொடர்ந்து நிலவிய வெக்கை நிறைந்த நிசப்தத்தில் ஈக்களின் ரீங்காரம் முன்னிலும் துலக்கமாகக் கேட்டது; சேவல், குண்டுகள் வெடித்துக் கொண்டிருந்த காரணத்தால் வேலிமேல் தாவி ஏறத் துணியாமல், அகலிலை புர்டாக் செடிகளின் மறைவில் ஓரிரு தடவை சிறகுகளைப் படபடத்துவிட்டு, சகஜமாக, ஆனால் கம்மலாகக் கூவிற்று. காயமடைந்த மெஷின்-கன் வீரன் அழுகைக் குரலில் முனகுவது வீட்டுக்கு உள்ளிருந்து கேட்டது. எப்போதாவது அவன் கர்ணகடூரமான கரகரத்த குரலில் இரைந்து கத்துவான், கத்தலுக்கு இடையிடையே உக்கிரமான வசவுகளைப் பொழிவான். முன்தோட்டத்தில் பட்டுச் சிவப்புக் கசகசாப் பூக்களின் மேல் தேனீக்கள் முரன்றன. ஊருக்கு வெளியே புல்வெளியில் மெஷின்-கன் தோட்டாவாரை வெடித்துத் தீர்த்துக் கொண்டிருந்தது. அதன்

குதூகலம் பொங்கும் தொடர் ஒலியைக் கேட்டவாறு, கேட்டவாறு, பீரங்கிக் குண்டுகளின் முதலாவது வெடிப்புக்கும் இரண்டாவது வெடிப்புக்கும் நடுவேயிருந்த இடைவேளையில், செம்பழுப்புப் பெண்பரி தன் தலையீற்றுக் குட்டியை ஆர்வத்துடன் நக்கிக் கொடுத்தது. தாயின் அகன்ற வீச்சுள்ள ஈரக் குளிப்பாட்டலுக்கு இணங்கிக் கொடுத்தவாறு குதிரைக்குட்டி வாழ்வின் நிறைவையும் தாயினது சீராட்டலின் தவிர்க்க முடியாத இனிமையையும் முதன்முறை உணர்ந்து அனுபவித்தது.

இரண்டாவது குண்டுவீச்சு அடிகளத்துக்கு அப்பால் எங்கோ வெடித்து அடங்கியபின், த்ரோ பீம் வீட்டுக்கு உள்ளிருந்து கதவை இடித்துத் திறந்து கொண்டு வெளியே வந்து லாயத்தை நோக்கி நடந்தான். சாணக்குவியலைச் சுற்றிக் கடந்து, வெயில்படாமல் கண்களைக் கையால் மறைத்துக் கொண்டு பார்த்தவன், குதிரைக் குட்டி இறுக்கத்தால் உடல் சிலிர்க்கத் தனது, அதாவது த்ரோபீமினது, செம்பழுப்புப் பெண் பரியின் பாலைக் குடித்துக் கொண்டிருப்பதைக் கண்டதும், மனக்குழப்பத்துடன் கோட்டுப்பைக் குள் கைவிட்டுத் துழாவிப் புகையிலைப் பையை நடுங்கும் விரல்களால் தொட்டு உணர்ந்து, சுருட்டைப் பற்களுக்கிடையே வைத்து எச்சிலால் நனைத்ததும் தான் பேச்சுத் திறனைப் பெற்றான்:

"ஹ்ம்ம், அப்படியாக்கும்.... குட்டிபோட்டு விட்டாயா? நல்ல வேளைதான் பார்த்தாய் போ." கடைசிச் சொற்களில் கடுந்துயரம் தொனித்தது.

வியர்வை உலர்ந்து கரடுதட்டியிருந்த குதிரையின் விலாவில் களைச் சிதர்களும் காய்ந்த சாணமும் ஒட்டிக்கொண்டிருந்தன. குதிரை தகுதியற்ற முறையில் மெலிந்து ஒடிசலாகக் காணப்பட்டது. ஆனால் அதன் விழிகள் கருவம் பொங்கும் மகிழ்வாலும் ஓரளவு களைப்பாலும் சுடர்வீசின. வெல்வெட் போன்ற மேல் உதடோ புன்னகையால் துடித்தது, குறைந்தபட்சம் த்ரோபீமுக்கு அப்படித் தோன்றியது. லாயத்தில் கட்டித் தீனி போட்டபோது பெண்குதிரை முகத்தில் மாட்டிய தானியப்பையை ஆட்டிக்கொண்டு செருமத் தொடங்கியதுமே, த்ரோபீம் கதவு நிலையில் சாய்ந்தவாறு அதை

நட்பின்றிக் கோணலாகப் பார்த்து, "ஊர் மேய்ந்து வாங்கிக் கட்டிக் கொண்டு விட்டாயா?" என்று வறண்ட குரலில் கேட்டான்.

பதிலுக்காகக் காத்திராமல் மீண்டும் சொன்னான்:

"இக்னாத்தவ் உடைய குதிரையால் சினை ஆகியிருந்தாயானால் பரவாயில்லை. இல்லாவிட்டால் எதன்கிட்டே சினைப்பட்டாயோ, சைத்தானுக்கே வெளிச்சம்.... குட்டியை வைத்துக்கொண்டு எப்படித்தான் இழவுகொடுக்கப் போகிறேனோ?"

லாயத்தில் நிலவிய இருள் சூழ்ந்த நிசப்தத்தில் தானியம் கறமுறத்தது. சாய்ந்த சூரிய கிரணங்களின் தங்கக் கொடி கதவு இடுக்கு வழியாக உள் ளே நெளிந்து வந்தது. ஒளி த்ரோபீமின் இடது கன்னத்தில் பட்டது. அவனுடைய செம்பட்டை மீசையும் குத்திட்ட தாடியும் செஞ்சுடர் வீசின. வாயைச் சுற்றியுள்ள மடிப்புக்கள் வளைந்த கீற்றுக்களாக நிழலாடின. குதிரைக்குட்டி, கட்டையால் செய்த பொம்மைக் குதிரை போல, மயிர் அடர்ந்த குச்சிக் கால்களுடன் நின்றது.

"இதைக் கொன்றுவிடலாமா?" - புகையிலையின் பசிய கறை படிந்து ஊறிய த்ரோபீமின் பெரிய விரல் குதிரைக்குட்டியின் பக்கமாக வளைந்தது.

தாய்க்குதிரை இரத்தச் சிவப்பான கண்மணிகளை வெளித்துருத்தி, இமைகளைக் கொட்டி விட்டு, எஜமானனைக் கேலியுடன் கோணலாகப் பார்த்தது.

***

குதிரைப் பட்டாளத்தின் கமாண்டர் தங்கியிருந்த அறையில் அன்று மாலை பின்வரும் உரையாடல் நிகழ்ந்தது:

"நானும் பார்க்கிறேன்-என்னுடைய பழுப்புக் குதிரை ரொம்ப ஜாக்கிரதையாக நடந்து கொள்கிறது, ஓடுவதில்லை, பாய்ச்சலில் ஓட அதற்கு முடியவில்லை மூச்சுத் திணறுகிறது. கவனமாகப் பார்க்கிறேனோ, அது சினைப்பட்டிருப்பது தெரிந்தது.... அதனால் தான் அவ்வளவு சாவதானம், அவ்வளவு

பதபாகம்... குதிரைக் குட்டி செம்பழுப்பு நிறம், கறுப்புப் பிடரியும் வாலும்.... ஆக இதுதான் சேதி" என்று கதைத்தான் த்ரோபீம்.

கமாண்டர் தாமிரத் தேநீர்க் குவளையை இறுக அழுத்தினார்-தாக்கு தொடங்குவதற்கு முன் உடைவாள் பிடியை இறுக அழுத்துவது போல் தூக்கக்கலக்கமுள்ள அவரது விழிகள் விளக்கை நோக்கின. மஞ்சளாக மினுமினுத்த விளக்குச் சுடருக்கு மேலே ரோமம் அடர்ந்த விட்டில்கள் வெறிபிடித்தவை போலப் படபடத்தன ஜன்னலுக்குள் பறந்து பாய்ந்தன, கண்ணாடியில் பட்டுப் பொசுங்கி வீழ்ந்தன, அவற்றின் இடத்துக்கு வேறு விட்டில்கள் வந்தன.

"...எல்லாம் ஒன்றுதான். செம்பழுப்போ, கறுப்போ, ஒரு வித்தியாசமும் இல்லை. துப்பாக்கியால் சுட்டுவிட வேண்டியதுதான். குதிரைக் குட்டியை வைத்துக்கொண்டால் நாம் ஜிப்ஸிகள் போல ஆகிவிடுவோம்.

"என்ன? அதுதானே நானும் சொல்லுகிறேன், ஜிப்ஸிகள் போல. அப்புறம் படைத்தலைவர் வந்து விட்டால், என்ன ஆகும்? அவர் படைப்பிரிவைப் பார்வையிட வருவார். குதிரைக்குட்டி முன் வரிசைக்கு முன்னாலே குடுகுடுப்பை போல ஓடியாடிக்கொண்டு வாலை விசிறியாட்டும்..... இல்லையா? செஞ்சேனை முழுவதிலும் வெட்கக்கேடு, தலைகுனிவு. ஆமாம், த்ரோபீம், இப்படி ஆகும் படி விட உன்னால் எப்படி முடிந்தது? ஊம்? எனக்குப் புரியவில்லை. உள்நாட்டுப் போர் மும்முரமாக நடந்துகொண்டிருக்கிற வேளையில் திடீரென்று இந்த மாதிரி ஓடுகாலித் தனம்.... இது வெட்கப்பட வேண்டியது கூட. குதிரைக்காரர்களுக்குக் கண்டிப்பான உத்தரவு: ஆண் குதிரைகளைத் தனியாகப் பராமரிக்க வேண்டும்."

மறு நாள் காலை த்ரோபீம் துப்பாக்கியும் கையுமாக வீட்டிலிருந்து வெளியே வந்தான். சூரியன் இன்னும் உதிக்கவில்லை. புற்களில் புற்களில் படிந்த பனித்துளி ரோஜா நிறத்தில் ஒளிர்ந்தது. காலாட்படை வீரர்களால் மிதித்துத் துவைக்கப்பட்டு, காப்பு அகழ்கள் வெட்டப்பட்டுக் கிடந்த புல்வெளி இளம் பெண்ணின் அழுது அரற்றி அலங்கோலம் ஆகிவிட்ட முகம்போலக் காட்சி

தந்தது. போர்க்களச் சமையல் வண்டியின் அருகே சமையல்காரர்கள் வேலையில் முனைந்திருந்தார்கள். கமாண்டர் நெடுநாள் வேர்வையில் ஊறிப் போயிருந்த உள்சட்டை அணிந்து தலை வாயிலில் உட்கார்ந்திருந்தார். ரிவால்வர் பிடியின் உற்சாகமூட்டும் குளிருக்குப் பழகிப்போன விரல்கள் மறந்துவிட்ட, பிரியமான வேலையைப் பாங்கற்ற முறையில் நினைவுபடுத்திக் கொண்டிருந்தன -பாலடைக் கொழுக்கட்டைகளுக்காக அழகான கண்ணகப்பை செய்து கொண்டிருந்தன. த்ரோ பீம் அவர் அருகே வந்து, "கண்ணகப்பை செய்து கொண்டிருக்கிறீர்களா?" என்று கேட்டான்.

கமாண்டர் மெல்லிய குச்சியால் அகப்பைக்குப் பிடி செய்தார்.

"இந்தப் பெண்பிள்ளை இருக்கிறாளே, வீட்டுச் சொந்தக்காரி, அவள் கேட்டாள்.... பண்ணிக்கொடு, பண்ணிக்கொடு என்று, ஒரு காலத்தில் நான் இதிலே தேர்ந்தவனாய் இருந்தேன். இப்போது எல்லாம் போயிற்று.... சரியாக வாய்க்க வில்லை" என்று பற்களின் இடை வழியே வார்த்தைகளைத் துப்பினார்.

"இல்லை, நன்றாகத்தானே இருக்கிறது!" என்று பாராட்டினான் த்ரோபீம்.

கமாண்டர் குச்சிச் சீவல்களை முழங்காலின் மேலிருந்து அகற்றித் துடைத்துவிட்டு, "குதிரைக் குட்டியைத் தீர்த்துக்கட்டப் போகிறாயா?" என்று வினவினார்.

த்ரோபீம் பேசாமல் கையை ஆட்டிவிட்டுக் குதிரை லாயத்துக்குச் சென்றான்.

கமாண்டர் தலையைச் சாய்த்தபடி, குண்டு வெடிப்பதை எதிர்பார்த்துக் கொண்டிருந்தார். ஒரு நிமிடம் கழிந்தது, இரண்டு நிமிடங்கள் சென்றன -குண்டு வெடிக்கக் காணோம். த்ரோபீம் லாயத்தின் மூலையிலிருந்து திரும்பி வந்தான். அவன் கலக்கமுற்றிருப்பது முகத்தில் தெரிந்தது.

"என்ன ஆயிற்று?"

“துப்பாக்கிச் சுடுமுள்ளில் ஏதோ கோளாறு இருக்க வேண்டும். பிஸ்டன் துளைக்க மாட்டேன் என்கிறது.”

“எங்கே, துப்பாக்கியை இப்படிக் கொடு பார்க்கலாம்.”

த்ரோபீம் விருப்பம் இன்றித் துப்பாக்கியைக் கொடுத்தான். கமாண்டா குதிரையை இழுத்தவர் முகத்தைச் சுளித்தார்.

“அட இதிலே தோட்டாக்கள் இல்லையே!

“அப்படி இருக்க முடியாது!” என்று ஆவேசமாகக் கத்தினான் த்ரோபீம்.

“இல்லை என்கிறேன்.”

“ஆமாம், நான்தான் அவைகளை எறிந்துவிட்டேன்... லாயத்துக்கு வெளியே....”

கமாண்டர் துப்பாக்கியைப் பக்கத்தில் வைத்து விட்டுப் புதிய கண்ணகப்பையை நீண்ட நேரம் கைகளில் உருட்டிக் கொண்டிருந்தார். புதிய குச்சி தேன் மணம் கமழ்ந்து பிசுபிசுப்பாக இருந்தது. பூத்த சிவப்பு வில்லோச் செடியின் மணம் மூக்கைத் தூக்கிக்கொண்டு போயிற்று, மண்ணின் நறுமணமும், இடையறாத போர் நெருப்பில் மறந்து போய்விட்ட உழைப்பின் வாசனையும் மிதந்துவந்தன....

“கேளு!... சனி தொலைகிறது, விடு! தாயோடு அதுவும் இருந்துவிட்டுப் போகட்டும். இப்போதைக்கும் அப்புறமும். யுத்தம் முடிந்ததும் அது உதவும்... உழுவதற்கு. ஏதாவது நேர்ந்தால் படைத்தலைவர் அதன் நிலைமையைப் புரிந்து கொள்வார். அது பால்குடி மதலை, தாய்ப்பால் குடிக்க வேண்டும் அதற்கு..... படைத்தலைவருந்தாம் முலைப்பால் குடித்தார், நாமும் குடித்தோம், எப்போது இது வழக்கம் ஆகிவிட்டதோ, அப்போது முறையானதுதான். ஆம், உன்னுடைய துப்பாக்கிச் சுடுமுள் சரியாய்த்தான் இருக்கிறது.”

* * *

இதற்கு ஒரு மாதத்துக்குப் பின் ஒரு நாள், ஊஸ்த்-ஹோப்பெர்ஸ்க் என்ற ஊரின் அருகே த்ரோபீமின் குதிரைப் பட்டாளம் கஸாக்கியக் கம்பெனியுடன் போரிட்டது. மாலைக் கருக்கலுக்கு முன் இரு தரப்பினரும் ஒருவரையொருவர் சுடத் தொடங்கினர். பொழுது மங்கிய போது குதிரைப் படைப்பிரிவு தாக்கு நடத்த முற்பட்டது. பாதி வழியில் த்ரோபீம் தன் பிளாட்டூனிலிருந்து ஒரேயடியாகப் பின்தங்கி விட்டான். சாட்டையோ, இரத்தம் வரும்படி உதடுகளைக் கிழித்த கடிவாளமோ, எதுவும் பழுப்புக் குதிரையை நாற்கால் பாய்ச்சலில் ஓடச் செய்ய முடியவில்லை. குதிரைக் குட்டி வாலைப் பரப்பியவாறு தன்னை எட்டிப்பிடிக்கும்வரை தாய்க் குதிரை தலையை உயர நிமிர்த்திக்கொண்டு கம்மலாகக் கனைத்து ஒரே இடத்தில் கால்களை அடித்துக்கொண்டு நின்றது. த்ரோபீம் சேணத்திலிருந்து குதித்து, உருவிய உடைவாளை உறைக்குள் சரக்கெனச் செருகிவிட்டு, ஒரே ஆத்திரத்தால் முகத்தைச் சுளித்துக் கொண்டு தோளிலிருந்து துப்பாக்கியை வெடுக்கென்று கழற்றினான். வலது பக்க அணியினர் வெண்படைக் கஸாக்கியருடன் கைகலந்தனர். செங்குத்துக் கரை அருகே பள்ளத்தாக்கில் ஒரு புறமிருந்து மறுபுறம் மக்கள் கும்பல் பெருங் காற்றினால் போல அலைப் புண்டது. வாய்பேசாமல் கத்திச் சண்டையிட்டார்கள் அவர்கள். குதிரைகளின் குளம்புகளுக்கு அடியில் தரை சொத்தென்று ஒலித்தது. த்ரோபீம் நொடிப்போது அந்தப் பக்கம் நோக்கிவிட்டு, குதிரைக்குட்டியின் துருத்திய தலைக்குத் துப்பாக்கியைக் குறிவைத்தான். ஆத்திரத்தினால் அவன் கைதான் நடுங்கியதோ, அல்லது குறி தவறியதற்கு வேறு ஏதேனும் காரணம் இருந்ததோ, தெரியாது. ஆனால் துப்பாக்கி வெடித்த பிறகு குதிரைக்குட்டி கும்மாளி போட்டுக்கொண்டு பின் கால்களை உதைத்து, மென்மையாகக் கனைத்து விட்டு, குளம்புகளுக்கு அடியிலிருந்து பழுப்பு மண் உண்டைகளை வாரிச் சிதறியவாறு ஒரு வட்டம் ஓடிச் சற்று எட்ட நின்றது. சாதாரணத் தோட்டாக்களை அல்ல, கவசந்துளைக்கும் தோட்டாக்களை- செந்தாமிர முனைகள் கொண்டவற்றை -த்ரோபீம் அந்தச் செம்பழுப்புச் சைத்தான் மேல் சுட்டான். கவசந்துளைக்கும் குண்டுகள் (அவை தற்செயலாகத் தோட்டாப்பையிலிருந்து தவறிக்

கைக்கு அடியில் விழுந்து விட்டன) செம்பழுப்புக் குதிரையின் சந்ததிக்குத் தீங்கோ சாவோ விளைக்கவில்லை என்பது உறுதிப் பட்டதும் அவன் குதிரைமேல் துள்ளி ஏறி, படு கோரமாகவைது நொறுக்கிக் கொண்டு, சண்டை நடந்து கொண்டிருந்த இடத்திற்குப் பாய்ச்சலாகச் சென்றான். அங்கே தாடிக்காரச் செம்மூஞ்சிப் வெறியர்கள், பழமை கமாண்டரையும் மூன்று செஞ்சேனை வீரர்களையும் நெருக்கிச் செங்குத்துக் கரையின் பக்கமாகத் தள்ளிக்கொண்டிருந்தார்கள்.

அன்று இரவு குதிரைப்படைப் பிரிவு ஆழமற்ற வாய்க்கால் அருகே ஸ்தெப்பி வெளியில் இரவைக் கழித்தது. வீரர்கள் கொஞ்சந்தான் புகை பிடித்தார்கள். குதிரைகளின் சேணங்களைக் கழற்றவில்லை. தோன் ஆற்றிலிருந்து திரும்பிய வேவுக் குதிரை வீரர்கள் கடவைத்துறையில் பகைவர்களின் பெருத்த படை திரண்டு இருப்பதாகத் தகவல் அறிவித்தார்கள்.

த்ரோபீம் வெறுங்கால்களை மழைக்கோட்டு விளிம்பால் போர்த்துக்கொண்டு படுத்து, கழிந்த நாளின் நிகழ்ச்சிகளை அரைத் தூக்கத்திற்கிடையே நினைத்துப் பார்த்துக் கொண்டிருந்தான். அவன் கண்முன் பல காட்சிகள் தோன்றி மறைந்தன : கிடுகிடு பள்ளத்தில் பள்ளத்தில் குதிக்கும் குதிரைப் பட்டாளத்தின் கமாண்டர், அரசியல் கமிஸாரின் உடலை வாளைப் பாய்ச்சும் அம்மைத் தழும்பிட்ட வெண்படைக் கஸாக்கியன், துண்டு துண்டாக வெட்டப்பட்ட நோஞ்சல் கஸாக்கியன், கருங் குருதியால் நனைந்த யாருடையவோ சேணம், குதிரைக்குட்டி...

பொழுது புலர்வதற்கு முன் கமாண்டர் த்ரோ பீமிடம் வந்து இருட்டில் அருகே உட்கார்ந்தார்.

"தூங்குகிறாயா, த்ரோபீம்?"

"அரைத்தூக்கத்தில் இருக்கிறேன்."

கமாண்டர் மங்கும் நட்சத்திரங்களைப் பார்வையிட்டு விட்டுச் சொன்னார்:

"உன் குதிரைக்குட்டியை ஒழித்துக் கட்டி விடு! சண்டையில் கலவரம் உண்டாக்குகிறது.... அதைப் பார்த்ததுமே என் கை நடுங்குகிறது... வாள் வீச முடிவதில்லை. எல்லாம் எதனால் என்றால் அதைப் பார்க்கும்போது வீட்டு நினைவு வருவதால்தான். சண்டையில் இந்த மாதிரி விஷயங்கள் கூடாது.... கல் நெஞ்சம் கடல்நுரைபோல் ஆகிவிடுகிறது.... ஒன்று சொல்லட்டுமா, தாக்குதலின்போது இது குதிரைக் கால்களுக்கிடையிலே சுற்றித் திரிந்து கொண்டிருந்தது, அப்படியும் இந்தத் தறிதலை மிதிபட்டுத் துவையலாக வில்லையே..." கொஞ்ச நேரம் பேசாதிருந்து விட்டு அவர் கனவு காண்பவர் போலப் புன்னகை செய்தார், ஆனால் இந்தப் புன்னகையை த்ரோ பீம் காணவில்லை. "ஆமாம் த்ரோபீம், நீ கவனித்தாயா, அதன் வால் இருக்கிறதே, ஊம், அதாவது... முதுகு மேலே வைத்துக் கொண்டு பின்னங்காலால் உதைக்கிறது, ஆனால் அதன் வால் இருக்கிறதே, நரி வால் போல... அருமையான வால்!..."

த்ரோபீம் வாயே திறக்கவில்லை. மேல்கோட்டால் தலையை மூடிப் போர்த்துக்கொண்டு, பனித்துளிகளின் ஈரத்தால் சற்று நடுங்கியவன், விந்தையான விரைவுடன் உறக்கத்தில் ஆழ்ந்து விட்டான்.

***

குன்றில் ஒண்டிக்கொண்டிருக்கும் பழைய கிறிஸ்துவ மடத்துக்கு எதிரே தோன் ஆறு கண் தலை தெரியாத வேகத்துடன் பாய்கிறது. திருப்பத்தில் நீர் நெளிகளாகச் சுருள்கிறது. பசிய பிடரிகள் போன்ற அலைகள் திடீரெனத் தாக்கி, வசந்தகாலப் பனிச்சரிவின் போது கரையோரமாக விழுந்து கிடந்த சுண்ணமண் பாளங்களை இடிக்கின்றன.

நீரோட்டம் மந்தமாகவும் தோன் ஆறு அகன்றும் அமைதியாகவும் உள்ள பகுதிக் கரையைக் கஸாக்கியர்கள் கைப்பற்றிக் கொண்டு அங்கிருந்து திட்டின் சரிவை நோக்கிச் சுடத் தொடங்கியிரா விட்டால் மடத்துக்கு எதிரே ஆற்றை நீந்திக் கடக்குமாறு தமது படைப்பிரிவுக்கு உத்தரவிடக் கமாண்டர் ஒருகாலும் தீர்மானித்திருக்க மாட்டார்.

நண்பகலில் கடப்பு ஆரம்பித்தது. ஒரு மெஷின்-கன் வண்டியையும் அதை சேர்ந்த வீரர்களையும் மூன்று இழுவைக் குதிரைகளையும் ஏற்றிக்கொண்டு சிறு தெப்பம் புறப்பட்டது. ஆற்றின் நடுவில் தெப்பம் நீரோட்டத்துக்கு நேர் எதிராகத் திரும்பி ஒரு பக்கம் லேசாகச் சாயவே, தண்ணீரையே கண்டு அறியாத இடப்பக்க இழுவைக் குதிரை மிரண்டுவிட்டது. அது கலவரம் அடைந்து செருமுவதும் தெப்பத்தின் அடிப் பல கைகளைக் குளம்புகளால் அடிப்பதும் தாழ்வரையில் குதிரைச் சேணங்களைக் கழற்றிக் கொண்டிருந்த படைப்பிரிவினருக்குத் தெளிவாகக் கேட்டன.

"தெப்பத்தை மூழ்கடித்து விடப்போகிறதே, பீடை!" என்று முகத்தைச் சுளித்துக் கொண்டு உறுமிய த்ரோபீம் தன் குதிரையின் முதுகைத் துடைக்க எடுத்த கையை அப்படியே அந்தரத்தில் நிறுத்திவிட்டான். தெப்பத்தில் இழுவைக் குதிரை பயங்கரமாகச் சீறிச் செறுமி, வண்டியின் குறுக்குச் சட்டத்தை நோக்கிப் பின்னே நகர்ந்து, முன்னங்கால்களைத் தூக்கிக்கொண்டு நின்றது.

"சுடு அதை!" என்று சாட்டையைச் சொடுக்கிக்கொண்டு உரக்கக் கத்தினார் கமாண்டர்.

மெஷின்-கன் வீரன் இழுவைக் குதிரையின் கழுத்தைக் கட்டிக் கொண்டு தொங்கிய வாறு அதன் காதுக்குள் ரிவால்வரை நுழைத்ததை த்ரோபீம் கண்டான். விளையாட்டுத் துப்பாக்கி போல ஒலித்தது குண்டு வெடிப்பு. நடுக்குதிரையும் வலக்குதிரையும் ஒன்றோடொன்று நெருக்கமாக ஒட்டிக் கொண்டன. தெப்பம் கவிழ்ந்து விடுமோ என்ற அச்சத்தால் மெஷின்-கன் வீரர்கள் இடக் குதிரையை வண்டியின் பின்பக்கத்தோடு சேர்த்து அழுத்தினார்கள். அதன் முன்கால்கள் மெதுவாகத் துவண்டு மடிந்தன, தலை தொங்கிப் போயிற்று.

பத்து நிமிடங்களுக்கெல்லாம் கமாண்டர் கரை முனையிலிருந்து குதிரையேறிப் புறப்பட்டுத் தன் வெண்பழுப்புக் குதிரையை முதலாவதாகத் தண்ணீரில் செலுத்தினார் அரை நிர்வாணமான நூற்றெட்டுச் சவாரி வீரர்களும் அதே

எண்ணிக்கையுள்ள பல்நிறக் பல்நிறக் குதிரைகளும் கொண்ட பட்டாளம் கமாண்டரைத் தொடர்ந்து தடால் தடாலென்று பெருத்த சளப்போசைகளுடன் நீரில் பாய்ந்தது. சேணங்கள் மூன்று இரட்டைத் துடுப்புத் தோணிகளில் எடுத்துச்செல்லப்பட்டன. தனது பழுப்புக் குதிரையைப் பிளாட்டூன் தலைவன் நெச்செப்புரேன்கோவிடம் ஒப்படைத்து விட்டு, ஒரு தோணியை த்ரோபீம் செலுத்தி சென்றான். முன்வரிசைக் குதிரைகள் முழங்கால் நீர் வரை வந்ததும் விருப்பமின்றியே தண்ணீரை விழுங்கியதை த்ரோபீம் கண்ணுற்றான். சவாரி வீரர்கள் அவற்றைத் தணிந்த குரலில் அதட்டினார்கள். ஒரு நிமிடம் பொறுத்துக் கரையிலிருந்து ஒரு இருபது தாவடித் தொலைவில் குதிரைத் தலைகள் நீரில் கரிய மறுக்கள் போலச் செறிந்து தோன்றின, பல்குரல்களில் செருமல்களும் சீறல்களும் ஒலித்தன. குதிரைகளின் அருகாக, அவற்றின் பிடரிகளைப் பிடித்தவாறு, உடைகளையும் தோட்டாப் பைகளையும் துப்பாக்கிகளுடன் சேர்த்துக்கட்டி எடுத்துக்கொண்டு நீந்தினார்கள் செம்படையினர்.

த்ரோபீம் துடுப்பைப் படகில் போட்டுவிட்டு, நேராக எழுந்து நின்று, வெயிலில் கண்களைச் சுரித்துக் கொண்டு, நீந்தும் குதிரைகளுக்கிடையே தனது பழுப்புப் பரியின் செம்பட்டைப் பிடரியை ஆவலுடன் பார்வையால் தேடினான். குதிரைப் பட்டாளம், வேட்டைக்காரர்களின் துப்பாக்கி வெடித்தலால் வானில் நாற்புறமும் கலைந்து சிதறிய காட்டுவாத்துக் கூட்டம் போலத் தோற்றம் அளித்தது. முன்னால் தனது பளபளக்கும் முதுகை உயரத் தூக்கியவாறு நீந்திற்று கமாண்டரின் வெண்பழுப்புப் புரவி. ஒரு காலத்தில் அரசியல் கமிஸாருடையதாக இருந்த குதிரையின் காதுகள் அதன் வாலை அடுத்தாற்போல வெள்ளி வெண்புள்ளிகள் போன்று ஒளிர்ந்தன. பின்னே கருண்ட கும்பலாக மற்றக் குதிரைகள் நீந்தின. எல்லாவற்றுக்கும் பின்னால், நெச்செப்புரேன்கோவின் நெற்றிச் சுட்டிமயிர்க் கற்றைகள் கொண்ட தலை, ஒவ்வொரு கணமும் மற்றவர்களிடமிருந்து பின்தங்கிக் கொண்டிருக்கக் காணப்பட்டது. அவனுடைய இடது கையை அடுத்து த்ரோ பீமின் குதிரையுடைய கூர்ங்காதுகள் தென்பட்டன. பார்வையை இன்னும்

கூராக்கிக்கொண்டு த்ரோபீம் குதிரைக்குட்டியையும் கண்டான். அது சில வேளைகளில் நீரிலிருந்து வெகு உயரே எழும்புவதும் சில வேளைகளில் மூக்குத் துளைகள் கூட அரிதாகவே புலப்படும்படி நீரில் அழுந்துவதுமாக எகிறி எகிறி நீந்திற்று.

தோன் ஆற்றின் மேல் வீசிய காற்று திடீரென்று சிலந்தி நூலிழை போன்று மெல்லிய, "யெஹொ- ஹோ-ஹோ-ஹோ!" என்ற பரிந்தழைக்கும் கனைப்பை த்ரோபீமிடம் ஏந்திவந்தது.

நீரின் மேலே எழுந்த ஓலம் கணீரென்றும் வாள் வெட்டுப் போலக் கூரியதாகவும் இருந்தது. அது த்ரோபீமின் இதயத்தைக் கூறாக்கிவிட்டது, அவனுக்குள் அற்புதம் விளைத்தது: ஐந்து ஆண்டுகள் போரிலேயே கழித்தவன் அவன்; எத்தனையோ தடவை சாவு இளம் பெண்போல அவன் கண்ணொடு கண் பொருந்த நோக்கிச் சென்றிருந்தது; எதையும் பொருட்படுத்தாதிருந்த அந்த மனிதனுடைய முகம் இப்போது அவனது குச்சு மயிர்த் தாடிக்குள் வெளிறிற்று, சாம்பல் போல வெளிர்-நீலம்பாரித்துவிட்டது. சட்டெனத் துடுப்பை எடுத்து, கனைப்பு வந்த பக்கமாக நீரோட்டத்திற்கு எதிராகத் தோணியைச் செலுத்தினான். அங்கே வலுவிழந்த குதிரைக்குட்டி நீர்ச்சுழலில் அகப்பட்டுச் சுற்றிக் கொண்டிருந்தது; கம்மிய கனைப்புடன் நீர்ச்சுழலை நோக்கி நீந்திய தாய்க் குதிரையைத் திருப்புவதற்கு நெச்செப்புரேன்கோ எவ்வளவோ பாடுபட்டும் முடியவில்லை.

தோணியில் சேணக்குவியல் மேல் உட்கார்ந்திருந்த த்ரோபீமின் நண்பன் ஸ்தேஷ்க்கா யெப் ரேமவ், "மடத்தனம் பண்ணாதே! கரைப் பக்கம் செலுத்து! பார்த்தாயா, அதோ, கஸாக்கியர்கள்!" என்று கண்டிப்பாக அதட்டினான்.

"கொன்று விடுகிறேன்!" என்று பெருமூச் செறிந்து தன்னுடைய துப்பாக்கியை நீட்டினான் த்ரோபீம்.

குதிரைக்குட்டியை நீரோட்டம் படைப் பிரிவினர் ஆற்றைக் கடந்த இடத்திலிருந்து வெகு தூரம் இழுத்துச் சென்றுவிட்டது. சிறிய நீர்ச் சுழல் ஒன்று பிடரிமயிர் போன்ற பசிய அலைகளைக் குதிரைக் குட்டியின் மேல் வாரியடித்தவாறு அதை ஒரு சீராகச்

சுழற்றியது. த்ரோபீம் ஜுர வேகத்தில் துடுப்பு வலித்தான். தோணி தாவல்களில் முன் சென்றது. வலக்கரையில் செங்குத்து மேட்டுக்குப் பின்னிருந்து வெளியே குதித்தார்கள் கஸாக்கியர். மாக்ஸிம் மெஷின்-கன்னின் தடித்த மடமடப்பு ஒலித்தது. குண்டுகள் நீரில் சுர்ரிட்டுச் சீறின. கிழிந்த கித்தான் துணிச் சட்டை அணிந்த ஆபீசர் ரிவால்வரை ஆட்டி ஏதோ கத்தினான்

குதிரைக்குட்டி வரவர அரிதாகவே கனைத்தது. அதன் குறுகிய கனைப்பொலி மேலும் மேலும் தாழ்ந்து, மெல்லிது ஆகிக்கொண்டு போயிற்று. பயங்கர உணர்ச்சியால் நெஞ்சு சில்லிட்டுப்போகும் அளவுக்கு அந்தக் கத்தல் மனிதக் குழந்தையின் கத்தல் போன்றிருந்தது. நெச்செப்புரேன்கோ, பழுப்புக்குதிரையை விட்டுவிட்டு அனாயாசமாக நீந்தி இடது கரையை நோக்கிச் சென்றான். த்ரோ பீம் உடல் சிலிர்க்க, துப்பாக்கியைப் பிடித்து நீர்ச்சுழலால் கீழே இழுக்கப்பட்டுக் கொண்டிருந்த தலைக்கு அடியில் குறி வைத்துச் சுட்டான் பின்பு ஜோடுகளைப் பறட்டென்று கழற்றிவிட்டு, கம்மிய முக்காரத்துடன் கைகளை முன்னே நீட்டியவாறு சளப்பெனத் தண்ணீரில் பாய்ந்தான்.

“சுடுவதை நிறுத்-துக!” என்று அடித்தொண்டையில் உத்தரவிட்டான் வலக்கரையிலிருந்த கித்தான் சட்டையணிந்த ஆபீசர்.

ஐந்து நிமிடங்களுக்கெல்லாம் த்ரோபீம் குதிரைக் குட்டியை நெருங்கி, அதன் குளிர்ந்துபோன வயிற்றை இடது கையால் தாங்கிக் கொண்டு, நீர் புரையேற, ஜன்னி கண்டவன்போல விக்கியவாறு இடது கரையை நோக்கி முன்னேறினான்.... வலது கரையிலிருந்து ஒரு குண்டுகூடச் சுடப்படவில்லை.

வானும் சோலையும் மணலும் எல்லாமே பச்சொளி சுடர்ந்தன, மாய எழில் காட்டின .... அமானுஷீகமான கடைசிப் பிரயாசை, அப்புறம் த்ரோபீமின் பாதங்கள் தரையைத் துழாவலாயின. குதிரைக்குட்டியின் கோழை படிந்த மேனியை இழுத்து மணலில் ஏற்றிவிட்டான். மூச்சு முட்ட, பசிய தண்ணீரை வாந்தி செய்தான், மணலைக் கைகளால் பறண்டிப் பிடித்தான் நீந்திக் கரை சேர்ந்து

விட்ட விட்ட படைப்பிரிவினரின் குரல்கள் சோலையில் கலகலத்தன. கரைமுனைக்கு அப்பால் எங்கேயோ துப்பாக்கிக் குண்டுகள் சட படத்தன. பழுப்புத் தாய்க்குதிரை த்ரோபீமின் பக்கத்தில் நின்றுகொண்டு நீர்போக உடலை அலைத் தாட்டி, குதிரைக்குட்டியை நக்கிக்கொடுத்துக் கொண்டிருந்தது. வானவில் வண்ண நீர்த்தாரை அதன் தொய்ந்த வாலிலிருந்து விழுந்து மணலில் பெருகியது.

த்ரோபீம் தள்ளாடியவாறு எழுந்து நின்று மணலில் இரண்டடி நடந்தவன், துள்ளிக் குதித்து விலாப்புறம் விழுந்தான். கொதிக்கும் ஊசி நெஞ்சைத் துளைத்தது போல் இருந்தது; விழும் போதுதான் குண்டு வெடிச் சத்தம் அவன் காதுக்கு எட்டியது. முதுகில் ஒற்றைக் குண்டு அடி- வலது கரையிலிருந்து. வலது கரையில், கிழிந்தகித்தான் சட்டை அணிந்த ஆபீசர், அலட்சியமாகக் குட்டைத் துப்பாக்கிக் கொண்டியை நகர்த்தி, புகைந்து கொண்டிருந்த தோட்டா மூடியை வெளியே எறிந்தான். இக்கரை மணலில், குதிரைக்குட்டிக்கு இரண்டு தாவடி இரண்டு தாவடி தூரத்தில் நெளிந்து துடித்துக் கொண்டிருந்தான் த்ரோ பீம். அவனுடைய கரடுமுரடான, நீலம்பாரித்த உதடுகள், ஐந்து ஆண்டுகளாகக் குழந்தைகளை முத்தமிடாத உதடுகள், புன்னகை பூத்து, இரத்த நுரைகக்கின.

மேய்ப்பன்

1

வெயிலில் பொசுங்கிய பழுப்பு ஸ்தெப்பி வெளியிலிருந்தும் வெடிப்புக்கண்டு வெளிறிய உவர் நிலத்திலிருந்தும் எரிக்கும் கீழைக் காற்று பதினாறு நாட்கள் இடைவிடாது வீசிற்று.

பூமி கரிந்து போயிற்று. புற்கள் மஞ்சள் பாரித்து விகாரத் தோற்றம் அளித்தன. பாதை நெடுகிலும் நெருக்கமாகப் பரவியிருந்த கிணறுகளின் ஊற்றுக் கண்கள் வறண்டு போயின. தண்டுக் குள்ளிருந்து இன்னும் வெளிக்கிளம்பாத தானியக் கதிர்கள் முதுமை அடைந்துவிட்டவை போலக் கூனித் தரையை நோக்கி வளைந்திருந்தன.

நடுப்பகலில் உறங்கி வழிந்து கொண்டிருந்த சிற்றூரில் வெண்கலக் கண்டாமணி ஓசை அலையடித்துப் பரவியது.

வெக்கை. நிசப்தம். ஜனங்கள் வேலிகளின் ஓரமாக மட்டுமே கால்களைச் சீய்த்துப் புழுதி கிளப்பியவாறு நடந்தார்கள். கிழவர்கள் கவைக் கோல்களால் மேடுகளில் தட்டித்தட்டி வழியைத் தொட்டுணர்ந்து கொண்டு நடைபோட்டார்கள்.

மணியோசை சிற்றூர்க்காரர்கள் கூட்டம்பற்றி அறிவித்தது. நிகழ்ச்சி நிரலில் இருந்த விஷயம் மேய்ப்பனை அமர்த்துவது பற்றியது.

நிர்வாகக் குழு அலுவலகத்தில் குரல்கள் கல கலத்தன. சிகரெட்டுப் புகை குமைந்தது.

தலைவன் பென்சில் கட்டையால் மேஜையைத் தட்டினான்.

"சக பிரஜைகளே, பழைய மேய்ப்பன் மந்தையைப் பார்த்துக் கொள்ள மறுத்து விட்டான். சம்பளம் போதவில்லையாம்.

நிர்வாகக் குழுவைச் சேர்ந்த நாங்கள் கிரிகோரிய் புரொலோவை அமர்த்தலாம் என்று யோசனை கூறுகிறோம். அவன் நம் ஊரான், தாய்தந்தை அற்றவன், இளங் கம்யூனிஸ்ட் குழுவினன்... அவனுடைய தகப்பன் செம்மான் வேலை செய்துவந்தான் என்பது நமக்குத் தெரிந்ததே. தங்கையும் தானுமாக வசிக்கிறான். பிழைப்பு நடத்த அவர்களுக்கு வகையில்லை. நீங்கள் இந்த நிலைமைக்கு இரங்குவீர்கள், பையனை மந்தையைப் பார்த்துக் கொள்ள அமர்த்துவீர்கள் என்று நம்புகிறேன்" எனக் கூறினான்.

கிழவன் நேஸ்திரோவால் பொறுக்க முடியவில்லை. கூன் முதுகு தள்ளாடத் தடுமாறியபடி பேசினான்:

"எங்களுக்கு இதை ஏற்றுக் கொள்ள முடியாது.... மந்தை பெரியது. இந்தப் பையன் எந்த வகையில் மேய்ப்பன்? ... அக்கம் பக்கத்தில் தீவனம் கிடையாது. ஆகவே மந்தையை ஓட்டிப் போய் மேய்க்க வேண்டும். இவனுக்கோ வேலையில் பழக்கம் இல்லை. இலையுதிர்காலம் தொடங்குவதற்குள் மாடுகளில் பாதிகூடத் தேறாது...

சாதுரியமுள்ள கிழவனான அரைவை ஆலைக்காரன் இக்னாத் நஞ்சுதோய்ந்த குரலில் தேன்கசிய மூக்கால் பேசினான்:

"மேய்ப்பனை நாங்கள் நிர்வாகக் குழுவின் தலையீடு இல்லாமலே அமர்த்திக் கொள்வோம். இது எங்களை மட்டுமே பொறுத்த விஷயம்.... வயதானவனும் நம்பத்தகுந்தவனும் கால்நடைகளை நன்றாகப் பேணுபவனும் ஆகிய ஆளையே தெரிந்தெடுக்க வேண்டும்.

"சரியாகச் சொன்னாய், தாத்தா...."

"சக பிரஜைகளே, கிழவனை அமர்த்தினீர்கள் ஆனால் அவன் மேல்பார்வையில் கால்நடைகள் இன்னும் சீக்கிரமாக அழிந்து போகும்... காலமோ இப்போது முன் போல இல்லை. எங்கு பார்த்தாலும் ஒரே திருட்டு..." எதிர்ப்பைச் சமாளிப்பதற்காக இந்த மாதிரிப் பிடிவாதமாகச் சொன்னான் தலைவன். பின்வரிசையில் இருந்தவர்கள் அவனை ஆதரித்தார்கள்:

"கிழவன் லாயக்கில்லை... இவை எல்லாம் வளர்ந்த மாடுகள் அல்ல, ஒரு வயதுக் கன்றுகள் என்பதை நினைவில் வைத்துக் கொள்ளுங்கள் இவைகளை மேல்பார்க்க நாய்கள் போல ஓடக் கூடிய கால்கள் வேண்டும். மந்தை அலறும், கலைந்த மாடுகளைத் திரட்டிச் சேர்ப்பதற்காகக் கிழவன் கொஞ்சம் ஓடுவான், அதற்குள் அவனுக்குத் தாவு தீர்ந்துபோய்விடும்...."

சிரிப்பு அலையடித்தது. கிழவன் இக்னாத் தன் இடத்தில் இருந்தபடியே, அரைக்குரலில் முனகினான்:

"கம்யூனிஸ்டுகள் இதிலே கவைக்கு உதவமாட்டார்கள்.... தொழுகையால் காரியத்தை நடத்த வேண்டும், வேறு வழியால் அல்ல...."

இப்படிச் சொல்லி மண்டை வழுக்கையைத் தடவிக் கொண்டான் அந்தக் கிழக் கோடரிக் காம்பு.

ஆனால் தலைவன் இப்போது கண்டிப்பாகக் கூறினான்:

"வாய்க்கு வந்தபடி யெல்லாம் பேச வேண்டாம் என்று கேட்டுக்கொள்கிறேன். இந்தமாதிரி... பேசுபவர்களை... கூட்டத்திலிருந்து வெளியேற்றி விடுவேன்..."

புகைபோக்கிகளிலிருந்து கறைப்பட்ட பஞ்சு போலப் புகை கிளம்பி மைதானத்தை நோக்கிக் கீழாகப் பரவும் அதிகாலை நேரத்தில் கிரிகோரிய் நூற்றைம்பது மாடுகள் அடங்கிய மந்தையைத் திரட்டி, நரையோடி அவலட்சணமாகத் தோற்றம் அளித்த மேட்டுத் திடலுக்குச் சிற்றூர் வழியே ஓட்டிப் போனான்.

வயலெலிப் பொந்துகளின் பழுப்பு மறுக்கள் ஸ்தெப்பி வெளியில் புள்ளி யிட்டிருந்தன. வயலெலிகள் எச்சரிக்கை அடைந்து நீண்ட குரலில் கீச்சிட்டன. ஸ்தெப்பிக் கொக்குகள் வெள்ளிச் சிறகுகள் மினுமினுக்கக் குட்டைப் புல் அடர்ந்த பள்ளங்களிலிருந்து பறந்தன.

மந்தை அமைதியாகச் சென்றது. சுருக்கங்கள் கண்ட மண் தரையில் கன்றுகளின் இரட்டைக் குளம்புகள் பரல் மழை சிதறிக்கொண்டு போயின.

மேய்ப்பன் கிரிகோரியின் தங்கை தூன்யா அவன் அருகே நடந்தாள். அவள் மேய்ப்பு உதவியாள். அவளது மச்சங்களிட்ட, கன்றிச் சிவந்த கன்னங்களும் விழிகளும் உதடுகளும் எல்லாம் நகை அரும்பின. அவளுக்குச் சிரிப்பு பொங்கிப் பொங்கி வந்தது, ஏனென்றால் அப்போது அவளுக்குப் பதினேழாவது வயதுதான் நடந்துகொண் டிருந்தது; பதினேழாம் வயதில் எல்லாமே வேடிக் கையாகவே காணப்படும். அண்ணனின் சுளித்த முகமும், போகிற போக்கில் களைகளை மென்று கொண்டிருந்த மடல்காதுக் கன்றுகளும், இரண்டு நாட்களாகத் தங்களிடம் ஒரு துண்டு ரொட்டிதானும் இல்லை என்ற விஷயமும்கூட அவளுக்கு வேடிக்கையாகப் பட்டது.

கிரிகோரியோ நகைக்கவில்லை. முன்விளிம்பு வைத்த கசங்கிய தொப்பியின் கீழ், குறுக்கே சுருக்கங்கள் விழுந்த அவனுடைய நெற்றி நிமிர்ந்திருந்தது. ஆன பத்தொன்பது வயதைக் காட்டிலும் எவ்வளவோ அதிகக் காலம் வாழ்ந்துவிட்டவன் போல அவனது விழிகள் சோர்வு ததும்பின.

கடித்த புற்சிதள்களைச் சிதறிப் புள்ளிகள் இட்டவாறு பாதையோரமாக அமைதியாக நடந்தது மந்தை.

பின் தங்கிய கன்றுகளைச் சீழ்க்கையடித்து விரட்டிவிட்டு கிரிகோரிய் தூன்யாவின் பக்கம் திரும்பினான்.

"தூன்யா, இலையுதிர்காலம் வரை வேலை செய்து சாப்பாட்டுக்குச் சம்பாதித்துக் கொள்வோம். அப்புறம் நகரத்துக்குப் போவோம். நான் தொழிலாளர் பள்ளியில் சேர்ந்துவிடுகிறேன், உனக்கும் எங்காவது தக்க ஏற்பாடு செய்கிறேன் ஒருவேளை ஏதேனும் பள்ளியிலேயே உன்னையும் சேர்த்துவிடுகிறேன்.... தூன்யா, நகரத்திலே புத்தகங்கள் ஏராளம். அங்குள்ளவர்கள் புல் பூண் இல்லாத சுத்தமான ரொட்டி சாப்பிடுகிறார்கள், நம்மைப் போல் அல்ல."

"பணம் எங்கிருந்து கிடைக்கும்... பிரயாணத்துக்கு?"

"வேடிக்கையான பெண் நீ.... நமக்குச் சம்பளமாக இருபது 'பூட்'* கோதுமை தருவார்களே, அதுதான் பணம்.... 'பூட்' ஒரு ரூபிள் வீதம் விற்போம். அப்புறம் சாமையையும் வறட்டிகளையும் விற்போம்.

கிரிகோரிய் பாதை நடுவே நின்று சாட்டையால் புழுதியில் கீறிக் கணக்கிட்டான்.

"ஆமாம் கிரிகோரிய், நாம் எதைச் சாப்பிடப் போகிறோம்? ரொட்டி இல்லவே இல்லையே நம்மிடம்?..."

"என் பையிலே பழைய ரொட்டித் துண்டு ஒன்று மிஞ்சியிருக்கிறது."

"இன்றைக்கு அதைத் தின்போம், நாளைக்கு என்ன செய்வது?"

"நாளைக்கு ஊரிலிருந்து ஆட்கள் வருவார்கள், கோதுமை மாவு கொண்டு தருவார்கள். தலைவர் வாக்குக் கொடுத்திருக்கிறார்."

நடுப்பகல் வெயில் எரித்தது. கிரிகோரியின் சாக்குத் துணிச் சட்டை வியர்வையில் நனைந்து தோள்பட்டைகளோடு ஒட்டிக்கொண்டது.

மந்தை அமைதியின்றிச் சென்றது. குருட்டீக்களும் சிறு ஈக்களும் கன்றுகளைக் கடித்தன. மாடுகளின் அலறலும் குருட்டீக்களின் ரீங்காரமும் வெப்பக் காற்றில் மிதந்தன.

மாலையில் சூரியன் அஸ்தமிப்பதற்கு முன் மந்தையை மேய்ச்சல் பட்டிக்குக் கொண்டு சேர்த்தார்கள். சற்று தூரத்தில் குளமும் மழையில் மக்கிப்போன வைக்கோல் வேய்ந்த குடிசையும் இருந்தன.

கிரிகோரிய் மந்தைக்கு முன்னே பாய்ந்தோடினான். சிரமத்துடன் பட்டிக்கு ஓடி மிலாற்றுப் படலை விரியத் திறந்தான்.

கன்றுகளை ஒழுங்கற்ற சதுர வாயிலுக்குள் ஒவ்வொன்றாக விட்டவாறு எண்ணிக் கணக்கிட்டான்.

---

* பூட் என்பது 16.38 கிலோகிராம் கொண்ட ருஷ்ய எடை. -(மொ-ர்.)

2

குளத்தின் மறு கரையில் தளதளப்பான பச்சைப் பட்டாணி போலத் துருத்திக் கொண்டிருந்த மண் மேட்டின் மேல் புதிய குடிசை எழுப்பினார்கள். மண்சுவர்கள்மேல் சாணி பூசி மெழுகினார்கள். நீண்ட களைகளால் கிரிகோரிய் கூரை வேய்ந்தான்.

மறு நாள் நிர்வாகக் குழுத் தலைவன் குதிரையேறி வந்தான். அரைப் 'பூட்' மக்காச்சோள மாவும் ஒரு கோணிப்பையில் சாமையும் கொண்டு வந்தான்.

காலைக்குளிரில் உட்கார்ந்து புகை பிடித்தான்.

"நீ நல்ல பையன், கிரிகோரிய். இப்போதைக்கு மந்தையைக் கவனித்துக்கொள். இலையுதிர் காலவாக்கில் உன்னை ஜில்லாத் தலைநகருக்குக் கூட்டிப் போகிறேன். ஒருவேளை ஏதாவது ஒரு விதத்தில் கல்விபெறுவாய்.... மக்கள் கல்வித் துறை அலுவலகத்தில் எனக்குத் தெரிந்தவன் இருக்கிறான். அவன் உதவி செய்வான்..."

கிரிகோரியின் முகம் களி மிகுதியால் சிவப்பேறியது. தலைவனை வழியனுப்ப உடன் சென்றான், குதிரையின் அங்கவடியை அவனுக்காகப் பிடித்துக் கொண்டான், அவன் கையை இறுகப் பற்றிக் குலுக்கினான். குதிரைக் குளம்புகளின் அடியிலிருந்து கிளம்பிய புழுதிச் சுருள்களை நெடு நேரம் நோக்கிக் கொண்டிருந்தான்.

வறண்ட ஸ்தெப்பி வெளி புலர்போதில் நோயுற்ற செம்மை படிந்து, நடுப்பகலில் கடு வெம்மையால் திணறியது. கிரிகோரிய் மல்லாக்கப் படுத்து, மங்கும் நீலத் திரை போர்த்த குன்றை நோக்கினான். ஸ்தெப்பி உயிருள்ளது போலவும் குடியிருப்புக்கள், ஊர்கள், நகரங்கள் ஆகியவற்றின் அளவிடமுடியாத கனத்தால் கனத்தால் அது கஷ்டப் படுவது போலவும் போலவும் அவனுக்குத் தோன்றியது.

இடையிட்ட மூச்சு விடுவதால் மண் மண் அசைவது போன்றும், பாறைகளின் பருத்த படிவுகளுக்கு அடியில் வேறு

வகையான அறிந்து கொள்ள முடியாத வாழ்க்கை துடித்து இயங்குவது போன்றும் பிரமை உண்டாயிற்று.

பட்டப் பகலில் வெக்கை தாங்க முடியாதபடிக் கடுமை ஆயிற்று. அளவிடப்படாத குன்று வரிசைகளை கிரிகோரிய் பார்வையால் அளவிட்டான், பெருக்கெடுத்து ஓடுவது போன்ற தரையாவியையும் பழுப்புப் புல் மீது புள்ளிகளிட்டிருந்த மந்தையையும் நோக்கினான். தான் உலகிலிருந்து நெடுந்தொலையில் தனியாக, ரொட்டித் துண்டு போலத் துணிக்கப்பட்டு விட்டதாக எண்ணினான்.

ஞாயிற்றுக் கிழமைக்கு முந்திய மாலையில் கிரிகோரிய் மந்தையைப் பட்டிக்கு ஓட்டினான். தூன்யா குடிசைக்கு வெளியே நெருப்பு மூட்டி மணமுள்ள ஷாவேல் கீரையுடன் சாமைக் கூழ் காய்ச்சினாள்.

கிரிகோரிய் நெருப்பின் அருகே உட்கார்ந்து, வாடை வீசும் வறட்டிகளைச் சாட்டையால் கிளறிக் கொண்டே சொன்னான்:

“கிரீஷாக்கின் வீட்டுக் கன்று நோய்ப்பட்டு விட்டது. சொந்தக்காரனுக்குத் தகவல் தெரிவிக்க வேண்டும்...”

தூன்யா அசட்டையாக இருப்பது போலக் காட்டிக்கொள்ள முயன்றவாறு, “ஒருவேளை நான் கிராமத்துக்குப் போய்வர வேண்டுமோ?” என்று கேட்டாள்.

“வேண்டாம். என்னால் தனியாக மந்தையைப் பார்த்துக் கொள்ள முடியாது.” இப்படிச் சொல்லி விட்டு கிரிகோரிய் புன்னகையுடன், “ஆட்களுக்காக ஏங்கிப்போனாயா, ஊம்?” என்றான்.

“ஏங்கிப் போனேன், அப்பா, கிரிகோரிய்.... ஸ்தெப்பியில் ஒரு மாதமாக வசிக்கிறோம். ஒரே தரந்தான் வேற்றாளைப் பார்த்தோம். இங்கே மட்டும் கோடை காலம் முழுவதும் வாழ்ந்தோமோ, பேச்சுப் பழக்கமே விட்டுப்போகும்....”

“பொறுத்துக்கொள், தூன்யா, இலையுதிர்காலத்தில் நகரத்துக்குப் போவோம். நீயும் நானும் படிப்போம். அப்புறம்,

படிப்பு முடிந்த பிறகு, இங்கே திரும்பி வருவோம். விஞ்ஞான முறையில் நிலத்தைப் பண்படுத்தத் தொடங்குவோம். இல்லா விட்டால் இங்கே ஒரே அறியாமை இருள், மக்கள் உறங்குகிறார்கள். எழுத்தறிவு அற்றவர்கள் எல்லோரும்.... புத்தகங்கள் கிடையா..."

"உன்னையும் என்னையும் பள்ளிக்கூடத்தில் சேர்த்துக் கொள்ள மாட்டார்கள். நாமுந்தான் அறிவீனர்கள்...."

"இல்லை, சேர்த்துக் கொள்வார்கள். குளிர் காலத்தில் நான் ஊருக்குப் போயிருந்த போது, கட்சிச் செயலாளர் அலுவலகத்தில் லெனினுடைய புத்தகத்தைப் படித்தேன். அரசு அதிகாரம் பாட்டாளி மக்களுக்கு என்று அதில் எழுதியிருக்கிறது. ஏழைகளோ படிக்க வேண்டும் என்று எழுதியிருக்கிறது.

கிரிகோரிய் முழங்கால்களை ஊன்றி எழுந்தான். நெருப்பொளியின் தாமிர ஒளிர்வுகள் அவன் கன்னங்களில் நடனமாடின.

"நம்முடைய குடியரசை நிர்வகிப்பதற்காக நாம் கற்கவேண்டும். நகரங்களைப் பார். அங்கே அதிகாரம் தொழிலாளர்கள் கையில் இருக்கிறது. நமது நாட்டுப்புறத்திலோ, ஊர்த் தலைவன் குலாக்,* சிற்றூர்களில் தலைவர்கள் பணக்காரர்கள்..."

"கிரிகோரிய், நான் தரையைப் பெருக்கி மெழுகுகிறேன், துணி துவைக்கிறேன், எப்படியோ உழைத்துச் சம்பாதிக்கிறேன், நீ படி...."

வறட்டிகள் புகைந்து கொண்டும் எரிந்து கொண்டும் கனன்றன. ஸ்தெப்பி வெளி அரைத் தூக்கத்தில் மௌனமாயிருந்தது.

3

ஜில்லாத்தலைநகர் சென்ற மிலீஷியாக்காரன்மூலமாகக் கட்சிச் செயலாளன் பொலீத்தவ் ஊருக்கு வரும்படி கிரிகோரிய்க்குச் சொல்லி அனுப்பினான்.

*குலாக்- மற்றவர்களது உழைப்பைச் சுறண் பணக்கார விவசாயி.(மொ-ர்)

பலபலவென்று விடியுமுன்பே கிரிகோரிய் புறப்பட்டான். பகல் சாப்பாட்டு நேரத்துக்குள் மணிக்கூண்டையும் வைக்கோலும் தகரமும் வேய்ந்த சிறு வீடுகளையும் திடலில் இருந்தபடி கண்ணுற்றான்.

கொப்புளித்த கால்களை இழுத்துப் போட்டவாறு மைதானத்தை அடைந்தான்.

பொழுதுபோக்குக் கழகம் பாதிரி வீட்டில் இருந்தது. புதிதாக அறுவடையான வைக்கோலால் முடைந்த மணம் வீசிய புதுப் பாய் விரிப்பு வழியாக விசாலமான அறைக்குள் புகுந்தான் கிரிகோரிய்.

ஜன்னல் கதவுகள் அடைக்கப்பட்டிருந்ததால் அரை யிருட்டாயிருந்தது. பொலீத்தவ் ஜன்னல் அருகே இழைப்புளியும் கையுமாகச் சட்டத்தை இழைத்துக் கொண்டிருந்தான்.

“கேட்டேன், தம்பீ, கேட்டேன்” என்று புன்னகை செய்து, வியர்த்த கையைக் குலுக்குவதற்காக நீட்டினான் பொலீத்தவ். “ஊம், ஒன்றும் செய்வதற்கில்லை! ஜில்லாத் தலைநகரில் நான் விசாரித்துப் பார்த்தேன். அங்கே எண்ணெய் ஆலையில் ஆட்கள் தேவையாயிருந்ததாம். ஆனால் வேண்டியதற்கு மேல் பத்தொன்பது பெயரை அமர்த்திக்கொண்டு விட்டார்களாம்.... மந்தையைப் பார்த்துக்கொள், இலையுதிர் காலத்தில் உன்னைப் படிப்பதற்கு அனுப்புகிறோம் என்றான்.

“அட இங்கே இந்த வேலையாவது இருந்ததே... சிற்றூர்க் குலாக்குகள் என்னை மேய்ப்பனாக வைத்துக் கொள்ளக் கொஞ்சங் கூட விரும்பவில்லை... இவன் இளங் கம்யூனிஸ்ட், நாஸ்திகன், இறைவணக்கம் செய்யாமல் மந்தையைப் பார்த்துக்கொள்ளப் போகிறான் என்றெல்லாம் சொன்னார்கள்....”

கிரிகோரிய் களைப்புடன் சிரித்தான்.

பொலீத்தவ் சட்டைக் கையால் சிறாய்களைத் துடைத்து அகற்றிவிட்டு ஜன்னல் குறட்டில் உட்கார்ந்து வியர்வையால் நனைந்த புருவங்களைச் சுருக்கிக்கொண்டு கிரிகோரியை நோக்கினான்.

“கிரிகோரிய், நீ இளைத்துப் போனாய்... தீனி விஷயம் எப்படி உன்னிடம்?”

“ஏதோ தின்கிறேன்.”

சற்று நேரம் பேசாதிருந்தார்கள்.

“வா, என் வீட்டுக்குப் போவோம். புதிய இலக்கியம் உனக்குத் தருகிறேன். ஜில்லாத் தலைமைக் காரியாலயத்திலிருந்து செய்தித் தாள்களும் புத்தகங்களும் வந்திருக்கின்றன.”

இடுகாட்டில் போய் முடிந்த தெரு வழியே சென்றார்கள். கருண்ட சாம்பல் குவியல்களில் கோழிகள் புதைந்து குளித்துக் கொண்டிருந்தன. எங்கோ கிணற்று ராட்டினம் கிரீச்சிட்டது. நாற் புறமும் பரவியிருந்த நிசப்தத்தில் காதுகள் கண கணத்தன

“நீ இன்று தங்கிப் போ. கூட்டம் நடக்கப் போகிறது. பையன்கள் அதற்குள் உனக்காக ஏங்கிப் போனார்கள். ‘எங்கே கிரிகோரிய்? எப்படி, என்ன’ என்று நச்சரிக்கிறார்கள். பையன்களைக் கண்டு பேசு... நான் இன்று சர்வதேச நிலைமை பற்றி உரையாற்றப் போகிறேன்.... ராத்திரி என் வீட்டில் படுத்திருந்துவிட்டு, நாளை போய்க் கொள். சரிதானா?”

“நான் இராத்தங்கக் கூடாது. தூன்யாவால் ஒண்டியாக மந்தையைப் பார்த்துக்கொள்ள முடியாது. நான் கூட்டத்துக்கு வந்துவிட்டு, அது முடிந்ததும் இரவுக்கிரவே புறப்பட்டுப் போய் விடுகிறேன்.”

பொலீத்தவ் வீட்டு முகப்புக் கொட்டகையில் குளுகுளுவென்று இருந்தது.

உலர்ந்து கொண்டிருந்த ஆப்பிள் வற்றலின் மணம் வீசியது. சுவரில் தொங்க விட்டிருந்த குதிரைக் கழுத்துப் பட்டைகள், சேணவார்கள் ஆகியவற்றிலிருந்தோ, குதிரை வியர்வை நாற்றம் அடித்தது.

மூலையில் க்வாஸ்* நிறைந்த தொட்டியும் அதன் அருகே கோணல் விளிம்புக் கட்டிலும் இருந்தன.

---

* க்வாஸ்--ரை ரொட்டி ஊறவைத்த சாறு.- (மொ-ர்.)

"இதுதான் என் இடம். வீட்டுக்குள்ளே ஒரே வெக்கை..."

பொலீத்தவ் குனிந்து, கித்தான் துணிக்கு அடியிலிருந்து "ப்ராவ்தா" செய்தித்தாளின் பழைய இதழ்களையும் இரண்டு புத்தகங்களையும் ஜாக்கிரதையாக வெளியே எடுத்தான்.

அவற்றை கிரிகோரியின் கையில் திணித்து விட்டு, ஒட்டுப்போட்ட கோணிப்பையை விரியத் திறந்தான்.

"பிடித்துக்கொள்" என்றான்.

கிரிகோரிய் பையின் முனையைப் பிடித்துக் கொண்டு செய்தித்தாளின் வரிகளைக் கீழ்நோக்காகப் பார்த்தான்.

பொலீத்தவ் மாவைக் கை கையாக அள்ளிக் கொட்டினான், முட்ட நிறைந்திருந்த பை பாதியாகும் வரை ஆட்டினான். பின்பு அறைக்குள் எதையோ தேடினான்.

இரண்டு கட்டிகள் பன்றிக் கொழுப்பு எடுத்து வந்து பழுப்படைந்த முட்டைக்கோசு இலையில் வைத்துச் சுற்றினான், அதைக் கோணிப்பைக்குள் போட்டான்.

"இந்தா, வீட்டுக்குப் போகும் போது இதையும் எடுத்துச் செல்!" என்றான்.

"எடுத்துக்கொள்ள மாட்டேன்" என்று முகஞ்சிவந்தான் கிரிகோரிய்.

"ஏன் எடுத்துக்கொள்ள மாட்டாயாம்?"

"ஏன் என்றால் அப்படித்தான்."

"நீ என்னடா, அசிங்கமே!" என்று முகம் வெளிறக் கூச்சலிட்டு கிரிகோரியின் கண்களை உறுத்து நோக்கினான் பொலீத்தவ். "இந்த லட்சணத்தில் தோழன் வேறு! பட்டினி கிடந்து சாவாய், ஆனால் ஒரு வார்த்தை சொல்ல மாட்டாய். எடுத்துக் கொள், இல்லாவிட்டால் நம் சினேகத்தையும் கத்தரித்துக் கொள்..."

"உன்னிடம் கடைசியாக எஞ்சியிருப்பதை எடுத்துக்கொள்ள எனக்கு விருப்பம் இல்லை."

"பாதிரியிடம் கடைசியாக மிஞ்சியது பாதிரிச்சி தான்!" - கிரிகோரிய் கோபத்துடன் கோணிப் பையைக் கட்டுவதைப் பார்த்து, கனிவான குரலில் சொன்னான் பொலீத்தவ்.

கூட்டம் பொழுது புலர்வதற்குச் சற்று முன் முடிந்தது.

கிரிகோரிய் ஸ்தெப்பி வெளியில் நடந்தான். மாவு மூட்டை தோள்களைக் கீழே இழுத்தது, இரத்தம் கசியத் தேய்ந்த கால்கள் காந்தின, ஆயினும் காலைச் செஞ்சுடரை எதிர்கொண்டு உற்சாகமும் உவகையும் பொங்க நடை போட்டான்.

4

விடியற் காலையில் தூன்யா எரிப்பதற்காக உலர்ந்த சாணம் பொறுக்கும் பொருட்டுக் குடிசையிலிருந்து வெளியே வந்தாள். கிரிகோரி பட்டியிலிருந்து ஓட்டமாக ஓடிவரக் கண்டாள். ஏதோ கெட்டது நிகழ்ந்து விட்டது என்று ஊகித்துக் கொண்டாள்.

"ஏதேனும் நேர்ந்துவிட்டதோ?"

"கிரீஷாக்கினது கன்று செத்துப்போயிற்று.... இன்னும் மூன்று மாடுகள் நோய்ப்பட்டு விட்டன." -ஒரு தரம் மூச்சு இழுத்துவிட்டு கிரிகோரிய மேலே சொன்னான்: "தூன்யா, நீ சிற்றூருக்குப் போ. கிரீஷாக்கினிடமும் மற்றவர்களிடமும் இன்றைக்கே வரும்படி சொல்லு. மாடுகள் நோய்ப் பட்டுவிட்டன என்று தெரிவி."

தூன்யா மளமளவென்று தலைக்குட்டையைக் கட்டிக் கொண்டாள். குன்றின் பின்புறமிருந்து மேலெழுந்து கொண்டிருந்த சூரியனுக்கு எதிர்த் திசையில் திடல் வழியே நடந்தாள்.

கிரிகோரிய் அவளை வழியனுப்பிவிட்டு மெதுவாக நடந்து பட்டிக்குச் சென்றான்.

மந்தை மேய்ச்சலுக்குப் போய்விட்டது. வேலி அருகே மூன்று கன்றுகள் படுத்திருந்தன. நடுப்பகலுக்குள் மூன்றும் மரித்து விட்டன.

மந்தையிலிருந்து கிரிகோரிய் பட்டிக்கு வந்தான். இன்னும் இரண்டு கால் நடைகளுக்கு நோய் தொற்றிக்கொண்டது.

ஒன்று குளத்தருகே ஈர வண்டலில் விழுந்து, கிரிகோரியின் புறம் தலையைத் திருப்பி நீண்ட குரலில் மாவென்று கத்திற்று. அதன் பிதுங்கிய விழிகள் கண்ணீரால் கண்ணாடி போலப் பளிச்சிட்டன. வெயிலில் அடிபட்டு வெண்கல நிறமாயிருந்த கிரிகோரியின் கன்னங்களில் உப்புக் கண்ணீர் வழிந்தோடியது.

அஸ்தமிக்கும் தறுவாயில் தூன்யா சொந்தக்காரர்களுடன் வந்து சேர்ந்தாள்....

கிழட்டு அர்த்தேமீச் தாத்தா, அசையாது கிடந்த கன்றைக் கவைக்கோலால் தொட்டான்.

“ஷுர்ஷேல்க்கா என்பது இந்த நோய். இப்போது மந்தை பூராவும் நோயில் விழத் தொடங்கும்” என்றான்.

தோல்களை உரித்து எடுத்துக்கொண்டு உடல்களைக் குளத்திற்குச் சற்று தூரத்தில் குழிதோண்டிப் புதைத்து விட்டார்கள். உலர்ந்த கரு மண்ணைப் புதிய புதை மேட்டின் மேல் கொட்டினார்கள்.

மறு நாள் தூன்யா மீண்டும் சிற்றூருக்குச் செல்லும் பாதையில் நடந்தாள். ஏழு கன்றுகள் ஒரே சமயத்தில் நோய்க்கு உள்ளாகிவிட்டன...

நாட்கள் கரிய வரிசையாக வந்து போயின. பட்டி காலியாகி விட்டது. கிரிகோரியின் உள்ளமும் வெறுமை ஆகி விட்டது. நூற்றைம்பது மாடுகளில் ஐம்பது மட்டுமே எஞ்சியிருந்தன. மாட்டுச் சொந்தக்காரர்கள் எருதுகள் பூட்டிய வண்டியில் வந்து, செத்த கன்றுகளின் தோல்களை உரித்து எடுத்துக் கொண்டு, பள்ளத்தாக்கில் ஆழ மற்ற கிடங்குகள் தோண்டி, இரத்தமயமான உடல்கள் மீது மண்ணை அள்ளிப் போட்டுவிட்டுத் திரும்பிச் செல்வார்கள். மந்தை வேண்டா வெறுப்பாகப் பட்டிக்குப் போயிற்று. தங்களுக்கிடையே கண்ணுக்குப் புலப்படாமல் ஊர்ந்து கொண்டிருக்கும் உதிரத்தையும் சாவையும் மோப்பங் கண்டு கொண்டு கன்றுகள் அலறின.

மஞ்சள்பாரித்துப் போன கிரிகோரிய் காலை வேளைகளில் பட்டியின் கிரீச்சிடும் கதவுகளைத் திறந்ததும் மேய்ச்சல் நிலத்துக்குப் புறப்படும் மந்தை உலர்ந்து போன புதைமேடுகளின் வழியாகவே எப்போதும் செல்லும்.

அழுகும் இறைச்சியின் நாற்றம், வெறி கொண்ட மாடுகள் கிளப்பும் புழுதி, நீண்ட, புகலற்ற அலறல், ஸ்தெப்பிவெளி வழியாக மெது நடையில் செல்லும் அனல் கக்கும் சூரியன்.

சிற்றூரிலிருந்து வேட்டைக்காரர்கள் வந்தார்கள். பட்டியின் வேலியைச் சுற்றிலும் துப்பாக்கிகளால் சுட்டு, பயங்கரமான கொள்ளை நோயைப் பட்டியிலிருந்து அப்பால் வெருட்டினார்கள். ஆனால் அப்புறமும் கன்றுகள் மடிந்த வண்ணமாய் இருந்தன. நாளுக்கு நாள் மந்தை சிறிதாகிக் கொண்டே போயிற்று.

ஒரு சில புதை மேடுகள் தோண்டப் பட்டிருப்பதை கிரிகோரிய் கவனிக்கலானான். கறுவ பட்ட எலும்புகளை அருகாமையில் கண்டான். இரவுகளில் அமைதியற்ற மந்தை மிரளலுற்றது.

சந்தடியற்ற இரவுகளில் திடீரெனக் காட்டுத் தனமான முழக்கம் ஒரேயடியாகக் கிளம்பும். மாடுகள் வேலியை உடைத்துக் கொண்டு பட்டியில் ஓடித்திரியும்.

கன்றுகள் வேலியைச் சாய்த்துவிட்டுக் கும்பலாகக் குடிசையை நோக்கி வந்தன. சிரமத்துடன் பெருமூச்சு விட்டுக் கொண்டு புல்லை அசை போட்டவாறு நெருப்பின் அருகே உறங்கின.

இரவில் நாய்கள் குலைத்ததால் தூக்கம் கலைந்து விழித்துக் கொள்ளும் வரை கிரிகோரிய் நடந்த விஷயத்தை அறிந்து கொள்ளவில்லை. சட்டென மென் மயிர்த் தோல் கோட்டைப் போட்டுக் கொண்டு குடிசையிலிருந்து வெளியே பாய்ந்தான். பனித்துளியால் நனைந்த முதுகுகளைக் கன்றுகள் அவன் மேல் உராய்ந்தன.

வாயில் அருகே நின்று நாய்களைச் சீழ்க்கை யடித்து அழைத்தான். பதிலுக்கு விரியன்பாம்புப் பள்ளத்திலிருந்து பல குரல்களில் ஓநாய்களின் வெறிகொண்ட ஊளையைக் கேட்டான். மலையைச் சுற்றி அடர்ந்திருந்த புதர்களிலிருந்து இன்னோர் ஓநாய் குரல் கொடுத்தது..

குடிசைக்குள் போய்க் கொழுப்பு விளக்கை ஏற்றினான்.

"தூன்யா, கேட்டாயா?"

ஏறியிறங்கும் பல்குரல்கள் உதயத்தில் விண் மீன்களுடன் அடங்கிப் போயின.

அரைவை ஆலைக்காரன் இக்னாத்தும் மிகேய் நேஸ்திரோவும் காலையில் வந்தார்கள். கிரிகோரிய் குடிசையில் மூடு செருப்புக்களுக்கு ஒட்டுத் தைத்துக் கொண்டிருந்தான். கிழவர்கள் புகுந்தார்கள். இக்னாத் தாத்தர் தொப்பியைக் கழற்றினான், குடிசையின் மண்தரையில் வீழ்ந்த சாய்வான சூரிய கிரணங்கள் காரணமாகக் கண்களைச் சுருக்கிக் கொண்டான், மூலையில் தொங்கிக் கொண்டிருந்த லெனினது சிறு படத்தின் முன் சிலுவைக் குறி இட்டுக்கொள்வதற்காகக் கையை உயர்த்தினான். மறுபடி பார்த்தவன் பாதி வழியிலேயே கையைச் சடக்கென முதுகுக்குப் பின் வைத்துக் கொண்டான். எரிச்சலுடன் துப்பினான்.

"அப்படியாக்கும்... தெய்வ உருவங்கள் உன்னிடம் இல்லை போலிருக்கிறது, ஊம்?..."

"இல்லை..."

"புனிதமான இடத்திலே இருக்கிற இது யாரோ?"

"லெனின்."

"இதுவேதான் நம் தொல்லையும்.... கடவுள் இங்கே இல்லை, கொள்ளை நோய்க்குக் கேட்பானேன்?... இந்த விவகாரங்களாலேயே தான் கன்றுகள் செத்துப் போயின. ஓகோகோ, எல்லோரையும் காக்கும் எங்கள் கருணாநிதியே..."

“தாத்தா, கன்றுகள் மடிந்ததற்குக் காரணம் வெட்டெரினரி டாக்டரை அழைக்காததுதான்.”

“முன்னாலேயும்தான் வாழ்ந்தோம் உங்கள் ‘வெட்டினார்’ இல்லாமலே... பெரிய அறிவாளி ஆகிவிட்டாயாக்கும் நீ.... உன்னுடைய பாவ நெற்றியில் அடிக்கடி சிலுவைக் குறி இட்டுக் கொண்டிருந்தாயானால் ‘வெட்டினார்’ தேவையே இராதே.”

மிகேய் நேஸ்திரோவ் கண்களை உருட்டிக் கொண்டே உரக்கக் கத்தினான்:

“கிறிஸ்துவை மதிக்காத இவனைப் பூசை அறையிலிருந்து அகற்று!... பாதகனும் தெய்வ நிந்தனை செய்பவனும் ஆன உன்னால்தான் மந்தை மாடு எல்லாம் மடிந்து போயிற்று.”

கிரிகோரியின் முகம் சற்றே வெளிறியது.

“சட்டமிடுவதை எல்லாம் வீட்டில் வைத்துக் கொள்ளுங்கள்.. நாக்கில் நரம்பில்லாமல் பேசுவது வீண். இவர் பாட்டாளி மக்களின் தலைவர் ஆக்கும்....”

மிகேய் நேஸ்திரோவ் முகம் சிவசிவுக்கத் துள்ளிக்குதித்துக் கூச்சலிட்டான்:

“இந்தா, ஊருக்குச் சேவகம் செய்கிறாய், வேலையும் எங்கள் இஷ்டப்படியே செய்.... உங்களுடைய மகாபெரியவரைக் கண்டிருக்கிறோம்.... உஷாராயிரு, இல்லையோ சீக்கிரமே தொலைத்து விடுவோம்.”

தொப்பிகளைக் கண்கள்வரை இழுத்துவிட்டுக் கொண்டு பிரிவு சொல்லிக்கொள்ளாமலே இருவரும் போய்விட்டனர்.

தூன்யா அச்சத்துடன் அண்ணனை நோக்கினாள்.

இதற்கு மூன்றாம் நாள் கருமான் தீகொன் தன் கன்றைப் பற்றி விசாரிப்பதற்காகச் சிற்றூரிலிருந்து வந்தான்.

குடிசையின் பக்கத்தில் குத்திட்டு அமர்ந்து, சுருட்டைப் புகைத்துக் கொண்டே கைப்புடன் கோணலாக முறுவலித்தவாறு சொன்னான்:

"நம் வாழ்க்கை ஒரே ஊழல்.... பழைய தலைவரை நீக்கிவிட்டார்கள். இப்போது நிர்வாகம் மிகேய் நேஸ்திரோவின் மாப்பிள்ளை கையில். ஆக, தங்கள் மனம் போன போக்கில் ஆட்டிவைக்கிறார்கள்.... நேற்று நிலங்களைப் பங்கீடு செய்தார்கள். ஏழைகளில் எவன் பங்குக்காவது நல்ல நிலம் வந்துவிட்டால் உடனே மறுபடி பங்கீடு தொடங்கினார்கள். மறுபடியும் பணக்காரர்கள் நம் முதுகு மேல் ஏறி உட்கார்ந்துவிட்டார்கள்.... அப்பனே கிரிகோரிய், நல்ல நிலத்தை எல்லாம் அவர்கள் பலவந்தமாக எடுத்துக்கொண்டு விட்டார்கள். நம் பங்குக்குக் களிமண் பூமிதான் மிஞ்சியிருக்கிறது.... இதுதான் சங்கதி...."

கிரிகோரிய் அன்று நள்ளிரவுவரை நெருப்பருகே உட்கார்ந்து, குங்குமப்பூ நிறமான அகன்ற மக்காச்சோளத் தாள்களின்மீது கரியால் கரடு முரடான வரிகளை எழுதித் தள்ளினான். முறையற்ற நிலப் பங்கீட்டைப்பற்றி எழுதினான். கால் நடை மருத்துவரை அழைப்பதற்குப் பதிலாகத் துப்பாக்கி வெடி தீர்ப்பதன் மூலம் நோயுற்ற மாடுகளைச் சொஸ்தப்படுத்த முயன்ற விவரத்தை எழுதினான். எழுதப்பட்ட உலர்ந்த மக்காச் சோளத் தாள் கட்டைக் கருமான் தீகொனிடம் கொடுத்தான்.

"ஜில்லாத் தலைநகர் போக நேர்ந்தால் "க்ராஸ்னயா ப்ராவ்தா" என்ற பத்திரிகையின் அலுவலகம் எங்கே என்று விசாரி. இதை அங்கே கொண்டு கொடு. நான் எல்லாம் விளக்கமாக எழுதியிருக்கிறேன்... ஆனால் கசக்க மட்டும் செய்யாதே. செய்தாயோ, கரி அழிந்து போய்விடும்" என்றான்.

சூடுண்டு காய்த்துப்போய், கரிப்பட்டுக் கறுத்திருந்த விரல்களால் கருமான் சரசரக்கும் தாள்களை ஜாக்கிரதையாக வாங்கி, உள் சட்டைக்குள் நெஞ்சருகே வைத்துக்கொண்டான். விடை பெற்றுக் கொள்கையில் அதே புன்னகையுடன் சொன்னான்:

"ஜில்லாத் தலைநகருக்குக் கால்நடையாகவே போகிறேன், ஒருவேளை அங்கே சோவியத் ஆட்சி அதிகாரத்தை நான் காணக்கூடும்.... மூன்று பகல் மூன்று இரவில் நூற்றைம்பது வெர்ஸ்ட்டா நடந்துவிடுவேன். ஒரு வாரத்துக்குப் பிறகு, திரும்பியதுமே உனக்குக் குரல் கொடுக்கிறேன்...."

6

ஒரே மழையும் ஈரமும் மப்புமந்தாரமுமாக இலையுதிர் காலம் நடந்து கொண்டிருந்தது.

தூன்யா உணவுப் பண்டங்களுக்காகக் காலையிலேயே சிற்றூருக்குப் போய்விட்டாள்.

கன்றுகள் மலையடிவாரத்தில் மேய்ந்து கொண்டிருந்தன. கிரிகோரிய் கைநெசவுத் துணிக் கோட்டை மாட்டிக்கொண்டு அவற்றின் பின்னே நடந்தவாறு வழியிலிருந்த குருக்கத்திச் செடியின் வெளிறிய முடியை ஏதோ எண்ணத்தில் ஆழ்ந்தவனாக உள்ளங்கையால் கசக்கினான். கூதிர் காலத்திற்கு இயல்பான குறுகிய கருக்கலுக்கு முன் குதிரைகள்மேல் இருவர் திடல் பக்கத்திலிருந்து வந்தார்கள்.

குதிரைக்குளம்புகள் சப்புச்சப்பென்று ஒலிக்கப் பாய்ந்து கிரிகோரியை நெருங்கினார்கள்.

அவர்களில் ஒருவன் மிகேய் நேஸ்திரோவின் மாப்பிள்ளை, கிராமத் தலைவன், மற்றவன் அரைவை ஆலைக்காரன் இக்னாத்தின் மகன் என்பதை கிரிகோரிய் கண்டுகொண்டான்.

குதிரைகள் வியர்த்து நுரைத்து இருந்தன.

"வணக்கம், மேய்ப்பா!..."

"வணக்கம்!..."

"உன்னிடம்தான் வந்திருக்கிறோம்...."

சேணத்தில் அமர்ந்தபடியே தலைவன் மரத்துப் போன விரல்களால் மேல் கோட்டுப் பொத்தான்களை நீண்ட நேரம் பாடுபட்டுக் கழற்றி, செய்தித்தாளின் மஞ்சள் காகிதத்தை வெளியில் எடுத்தான். காற்றில் அதைப் பிரித்தான்.

"இதை நீதானே எழுதினாய்?"

கிரிகோரியின் அருகே நடனமாடின அவனுடைய சொற்கள், நிலப் பங்கீடு பற்றியும் கால்நடைகளின் சாவு பற்றியும் மக்காச்சோளத் தாள்களில் அவன் எழுதியவற்றிலிருந்து எடுத்தவை.

“நல்லது, எங்களோடு வா!”

“எங்கே?”

“இதோ, இங்கேதான், பள்ளத்துக்கு. உன் னோடு பேச வேண்டியிருக்கிறது....”-தலைவனின் நீலம்பாரித்த உதடுகள் நடுங்கின, கண்கள் அலுத்துச் சலித்துப் பிதுங்கின.

கிரிகோரிய் முறுவலித்தான்.

“இங்கேயே பேசு.”

“இங்கேயும் பேசலாம்... நீ விரும்பினால்....”

பையிலிருந்து ரிவால்வரை எடுத்தான்... கமறினான், மூஞ்சியை ஆட்டிய குதிரையின் கடிவாளத்தை இழுத்துப் பிடித்தான்.

“செய்தித்தாள்களில் எழுதுவாயா அடா, விரியன் பாம்பே?”

“எதற்காக நீ?...”

“எதற்காகவா? உன்னால் வழக்குக்கு ஆளாகியிருக்கிறேனே, அதற்காகத்தான். புகார் செய்து கொண்டு திரிவாயா அடா, கம்யூன்கார நாயே?...”

பதிலுக்காகக் காத்திராமல் கிரிகோரியின் மௌனமாக மூடிய வாயில் சுட்டான்.

மிரண்டு பின்னங்கால்களில் நின்ற குதிரையின் காலடியில் சுருண்டு விழுந்தான் கிரிகோரிய், முனகினான், செம்பழுப்பான ஈரித்த புல் குச்சத்தை வளைந்த விரல்களால் பற்றி இழுத்தான், பின்பு அசையாது கிடந்தான்.

அரைவை ஆலைக்காரன் இக்னாத்தின் மகன் சேணத்திலிருந்து தரையில் குதித்து, கைகளால் கரு மண்ணைப் பறண்டி எடுத்து உருண்டைபிடித்து, குமிழியிடும் குருதியுடன் நுரைகக்கும் வாயில் அதைத் திணித்தான்...

***

ஸ்தெப்பி வெளி அகன்று பரந்தது, யாராலும் அளவிடப் படாதது. அதன் வழியே எத்தனையோ பாதைகளும் தடங்களும் செல்கின்றன. கூதிர்கால இரவோ காரிருள் அடர்ந்தது. குதிரைக் குளம்புகளின் தடங்களை மழை மழை துப்புரவாக அலம்பிப் போக்கிவிடும்.

7

மழைத் தூறல். மாலைக் கருக்கல். ஸ்தெப்பிப் பாதை.

முதுகில் வால்கோதுமை ரொட்டியுள்ள பையும் கையில் தடியும் உள்ள பேர்வழிக்கு நடப்பது கடினம் அல்ல.

தூன்யா பாதை ஓரமாக நடந்தாள். காற்று அவளுடைய கிழிந்த ஜாக்கெட் விளிம்புகளைப் பிய்த்தது, குப்குப் பென்று வீசி அவள் முதுகை நெட்டித் தள்ளியது.

ஸ்தெப்பிவெளி நாற்புறமும் கடுகடுப்பாக, இருண்டு பரந்து கிடந்தது. இருள் பரவத் தொடங்கிற்று.

பாதையிலிருந்து சற்று தூரத்தில் தென்பட்டது திடல். தாறுமாறாகப் படர்ந்த நெடுங்களைச் சடைக்கற்றைகளுடன் அதன்மேல் நின்றது குடிசை.

தூன்யா குடிமயக்கம் கொண்டவள் போலக் கோணல் நடை நடந்து அருகே சென்று, தாழப்புதைந்த சமாதியின்மேல் முகங்குப்புற விழுந்தாள்.

இரவு..

ரயில் நிலையத்துக்கு நேராகச் சென்ற, வண்டித் தடம் பதிந்த சாலையோடு நடந்தாள் தூன்யா.

நடப்பது அவளுக்கு எளிதாயிருந்தது, ஏனென்றால் அவள் முதுகின் பின் தொங்கிய பையில் வால் கோதுமை ரொட்டியும், ஸ்தெப்பியின் கசந்த புழுதிமணம் வீசும் பக்கங்கள் கொண்ட கசங்கிய புத்தகமும், அண்ணன் கிரிகோரியின் கித்தான் துணிச் சட்டையும் இருந்தன.

உள்ளத்தில் துயரம் பொங்கும்போது, கண்ணீர் விழிகளைப் பொசுக்கும்போது, மற்றவர் பார்வையிலிருந்து தொலைவில் எங்கேயாவது விலகிச் சென்று, துவைக்கப்படாத கித்தான் துணிச் சட்டையைப் பையிலிருந்து வெளியே எடுத்து, அதில் முகத்தைப் புதைத்துக்கொண்டு, தனக்கு இனியவனின் வியர்வை மணத்தை அவள் முகர்வாள்... நெடுநேரம் அவ்வாறே அசையாது கிடப்பாள்...

வெர்ஸ்ட்டாக்கள் பின்னே செல்கின்றன. ஸ்தெப்பிப் பள்ளங்களில், வாழ்க்கையைப் பற்றி முறையிடும் ஓநாய்களின் ஊளை கேட்கிறது. தூன்யா சாலை ஓரமாக நடக்கிறாள். அவள் நகரத்துக்குப் போகிறாள், எங்கே சோவியத் ஆட்சி அதிகாரம் நிலவுகிறதோ, வருங்காலத்தில் குடியரசை நிர்வகிக்க வல்லவர்கள் ஆவதற்குப் பாட்டாளி மக்களுக்கு எங்கே கற்பிக்கப்படுகிறதோ அங்கு.

இப்படிக் கற்பிக்க வேண்டும் என்று சொல்லியிருக்கிறது லெனினுடைய புத்தகத்தில்.

> "சென்ற யுத்தத்தில் சாதாரண மக்கள் ஆற்றிய பங்கு என் கருத்தைக் கவர்கிறது. தேசபக்த யுத்த நாட்களில் நமது சிப்பாய் தான் உண்மையான வீரன் என்பதைக் காட்டிக்கொண்டான். ருஷ்யப் படைவீரனை, அவனது துணிவை, அவனுடைய போர்த் திறமையை உலகம் எல்லாம் அறியும். ஆனால் இந்த யுத்தம் நமது படைவீரனை முற்றிலும் வேறு ஒளியில் காட்டியது...."
>
> மீகயீல் ஷோலகவ்

அவன் விதி

சோவியத் யூனியன் கம்யூனிஸ்ட் கட்சியில்
1903ம் ஆண்டு முதல் உறுப்பினராயிருக்கும்
யெவ்கேனியா கிரிகோரியெவ்னா
லெவீத்ஸ்காயாவுக்கு

அவன் விதி

போருக்குப் பிந்தைய முதல் ஆண்டு, தோன் ஆற்றின் மேற்புறப் பகுதிகளில் முதல் இளவேனில் காலம் என்றும் இல்லாத விறுவிறுப்புடனும் விரைவாகவும் வந்துவிட்டது. மார்ச் மாத முடிவில் அஸோவ் கடலிலிருந்து வீசிய வெப்பக் காற்றினால் ஆற்றின் இடது கரையில் படிந்திருந்த வெண்பனி இரண்டே நாட்களில் உருகி விடவே மணல் புலப்படலாயிற்று. ஸ்தெப்பியில் வெண்பனி நிரம்பியிருந்த ஓடைப் பள்ளங்களிலும் கிடங்குகளிலும் நீர் பெருக்கெடுத்தது. நீரோடைகள் உறைபனியைப் பிளந்து கொண்டு பாய்ந்து எங்கும் ஒரே வெள்ளக்காடாக அடித்ததால், சாலைகளில் போக்குவரத்து அனேகமாக இயலாமலே போயிற்று.

இத்தகைய மோசமான நேரத்தில் புகானவ்ஸ் கயா மாவட்டத் தலைநகருக்கு நான் பயணம் செய்ய நேர்ந்தது. அப்படியொன்றும் பெருந் தொலைவில்லை -சும்மா அறுபது கிலோமீட்டர் தான்- ஆனால் போவதுதான் கடுமையாக இருந்தது.

என் நண்பரும் நானும் விடிவதற்கு முன்னரே புறப்பட்டோம். நல்ல ஊட்டம் போட்ட இரட்டைக் குதிரைகள் எனினும் பெரிய வண்டியை இழுக்க முடியாமல் திணறின. வெண்பனியும் உறைபனியும் கலந்து கூழ்போல் கைகையாயிருந்த மணலில் சக்கரங்கள் அச்சுவரை அழுந்தின. ஒரு மணி நேரத்திற்கெல்லாம் குதிரைகளின் விலாப்புறத்திலும் குறுகிய பின் வார்ப்பட்டைகளின் அடியிலும் பாலேடு போன்ற வெள்ளிய நுரை புள்ளி புள்ளியாகத் தோன்றியது. குதிரைகளின் வியர்வையிலிருந்தும் வழிய வழியத் தார் பூசியிருந்த வெப்பமான நுகவாரிலிருந்தும் கிளம்பிய மயக்க மூட்டும் நெடி தூய காலைக் காற்றில் நிறைந்தது.

குதிரைகள் மிகமிகத் திணறிய இடங்களிலெல்லாம் நாங்கள் வண்டியினின்றும் இறங்கி நடந்தோம். சொதசொதப்பான வெண்பனி எங்கள் ஜோடுகளுக்கு அடியில் நளுக்கிட்டதால், நடந்து செல்லக் கடிதாயிருந்தது. சாலையோரம் செல்லலாமென்றால் அங்கு நடப்பதோ அதைவிடக் கடினம். ஏனெனில் அங்கே இன்னும் உறைபனிப்பாளம் மிளிர்ந்து கொண்டிருந்தது. எலான்கா ஆற்றின் பரிசல் துறை வரையும் முப்பது கிலோ மீட்டர். அத்தொலைவு பயணம் செய்ய எங்களுக்கு ஆறு மணி நேரம் பிடித்தது.

மோகவ்ஸ்கிய் கிராமத்தில் உள்ள சிற்றாறு கோடையில் அநேகமாக வறண்டே இருக்கும். இப்போதோ பெருக்கெடுத்து ஆல்டர் மரம் நிறைந்த கரையோரப் புல்வெளியில் ஒரு கிலோ மீட்டர் தூரம் பரவி ஓடியது. அதைக் கடக்க நாங்கள் படகில் செல்ல வேண்டியிருந்தது. படகின் அடிப்புறம் தட்டை; ஓட்டை வேறு; அதிகமாய்ப் போனால் மூன்று பேருக்குமேல் இடங்கொள்ளாது. குதிரைகளைத் திருப்பி அனுப்பி விட்டோம். அக்கரையில் இருந்த கூட்டுப் பண்ணைச் சாவடியில் குளிர்காலம் முழுதும் நின்று கொண்டிருந்த, நிரம்ப அடிபட்ட பழைய ஜீப் கார் எங்களுக்காகக் காத்திருந்தது. நானும் டிரைவரும் அற்றலைந்து போன சின்னப் படகில் நம்பிக் கையில்லாமல் ஏறி அமர்ந்தோம். மூட்டைகளை வைத்துக்கொண்டு எனது நண்பர் கரையிலேயே பின் தங்கினார். புறப்பட்டோமோ இல்லையோ படகின் உளுத்த பலகைகளின் இடுக்குகள் வழியாகச் சிறு நீரூற்றுக்கள் கொப்புளித்துக்கொண்டு மேல் வந்தன. கைகளில் அகப்பட்ட வற்றைக் கொண்டு இடுக்குகளை அடைத்துவிட்டு, மறுகரை அடையும்வரையில் தண்ணீரை இறைத்துக் கொட்டிக்கொண்டே இருந்தோம். ஒரு மணிப் பொழுதில் தூரத்திலிருந்த மறு கரை போய்ச் சேர்ந்தோம். டிரைவர் கிராமத்திலிருந்து ஜீப்பை எடுத்துக் கொண்டுவந்து நிறுத்திவிட்டு மீண்டும் படகில் அமர்ந்தான்.

"இந்தப் பாழாய்ப் போன தொட்டி அக்கு அக்காக நொறுங்கித் தண்ணீரில் விழாவிட்டால் இன்னும் இரண்டு மணி நேரத்தில் உமது நண்பருடன் திரும்பிவருவேன். அதற்கு முன்னே முடியாது." இவ்வாறு சொல்லிக்கொண்டே துடுப்பை எடுத்தான்.

ஆற்றிலிருந்து நெடுந் தொலைவுக்கு அப்பால் தான் சிற்றூர் இருந்தது. இங்கே கரையோரத்தில் அமைதி நிலவியது. இலையுதிர் காலத்தின் முடிவிலோ இளவேனில் காலத்தின் தொடக்கத்திலோ தான் ஆள்நடமாட்டம் அற்ற இடங்களில் இத்தகைய அமைதி இருக்கும். அழுகிய ஆல்டர் மரங்களின் சுள்ளென்ற நெடியுடன் நீரிலிருந்து கிளம்பிய மக்கிய நாற்றம் கலந்து வந்தது. தொலைவில் ஸ்தெப்பியில் செந்நீலப் பனிப்படலம் கவிந்திருந்தது. அங்கிருந்து மெல்லிளங் காற்று வீசியது. அண்மையில் தான் பனியிலிருந்து விடுபட்டிருந்த தரையின் இளமை குன்றாத மணம் அதில் பட்டும் படாமலும் மிதந்து வந்தது.

சிறிது தூரத்தில் நீர் ஓரமாக மணலின்மேல் மிலாறு வேலியொன்று விழுந்து கிடந்தது. புகை குடிக்கலாம் என்று அதன்மேல் அமர்ந்தேன். ஆனால் சட்டைப்பையில் கையை விட்டதும் பெரும் ஏமாற்றம் உற்றேன். பையிலிருந்த சிகரெட்டுப் பாக்கெட் நனைந்து ஊறியிருந்ததைக் கண்டேன். ஆற்றைக் கடக்கும்போது, புரண்டு வந்த படகின் ஒரு பக்கத்தின் மேலே அலைமோதி என் இடுப்புவரை சேற்று நீரால் நனைத்த போது, சிகரெட்டுக்களைப் பற்றி நினைக்கவே நேரம் இல்லை. ஏனென்றால் படகு மூழ்கிவிடக் கூடாதே என்பதற்காக நான் துடுப்பைப் போட்டு விட்டு உடனே நீர் இறைக்கத் தொடங்க வேண்டியிருந்தது. ஆனால் இப்போது எனது அஜாக்கிரதையை எண்ணிச் சள்ளைப்பட்டேன். ஊறி உப்பிப் போன பாக்கெட்டைப் பையிலிருந்து பதபாகமாக எடுத்தேன், சப்பளிக்க அமர்ந்து கொண்டு ஈரமான, பழுப்பு நிறச் சிகரெட்டுக்களை ஒவ்வொன்றாக வேலியின் மீது வைக்கத் தொடங்கினேன்.

நண்பகல். மே மாதம் போலச் சுள்ளென்று வெயில் எறித்தது. விரைவில் சிகரெட்டுக்கள் உலர்ந்துவிடும் என்று நினைத்தேன். பஞ்சு வைத்துத் தைத்த இராணுவக் காற்சட்டையும் மேற்சட்டையும் பயணத்திற்காக அணிந்திருந்தேன். இப்போது வெக்கையின் கடுமையைப் பார்த்ததும் ஏன் இவற்றைப் போட்டுக் கொண்டோம் என்று வருந்தத் தொடங்கினேன். அந்த ஆண்டில் அன்றைக்குத்தான் முதன்முதல் உண்மையிலேயே வெப்பமான நாள். ஆனால்

சுற்றிலும் நிலவிய அமைதியிலும் தனிமையிலும் நெஞ்சைத் தன் போக்கில் போக விட்டவாறு அங்கே தன்னந் தனியாக உட்கார்ந்துகொண்டு, கடுமையாகப் படகு வலித்த களைப்புத் தீரத் தலை ஈரம் காற்றில் உலர்வதற்காகப் பழைய இராணுவ உஷான்கா குல்லாயைக் கழற்றி வைத்துவிட்டு, மங்கிய நீலவானில் மிதந்து சென்ற அகன்ற மேகப் படலங்களை வெறுமையாக நோக்கிக் கொண்டிருப்பது இன்பமாயிருந்தது.

சற்று நேரத்தில் ஒருவன் ஊர்க் கோடியிலிருந்த குடிசைகளைக் கடந்து சாலைக்கு வருவதைக் கண்டேன். அவனுடன் ஒரு சிறுவன் வந்தான். பையனுக்கு ஐந்து அல்லது ஆறு வயதிருக்கும், அதற்கு மேலிராது என்று எனக்குப் பட்டது. இருவரும் பரிசல் துறையை நோக்கித் தளர்ச்சியோடு நடந்தனர். ஆனால் ஜீப்பை நெருங்கியதும் திரும்பி என் பக்கம் வந்தனர். சற்றே கூனியிருந்த அந்த நெட்டையன் நேரே என்னிடம் வந்து ஆழ்ந்த, கரகரத்த குரலில் "வணக்கம், அண்ணே" என்றான்.

"வணக்கம்" என்று அவன் நீட்டின கரடுமுரடான பெருங்கையைப் பற்றிக் குலுக்கினேன்.

அவன் சிறுவனிடம் குனிந்து, "மாமாவுக்கு வணக்கம் சொல்லடா, மகனே. உன் அப்பாவைப் போலவே இவரும் டிரைவர் என்று தெரிகிறது. நீயும் நானும் ஓட்டினது லாரி இல்லையா? ஆனால் இவர், அதோ அங்கே இருக்கிறதே சின்ன கார். அதில் போகிறவர்" என்றான்.

சிறுவன் என்னை நேரே நோக்கினான். அவன் இரு கண்களும் வானத்தைப் போன்று பளிச்சென்று தெளிவாக இருந்தன; சிறிது முறுவலித்தான். தன் குளிர்ந்த கையை என் பக்கம் துணிவுடன் நீட்டினான். நான் அதை மெதுவாகக் குலுக்கிவிட்டு, "குளிர்ந்து விரைக்கிறதா, பெரியவரே! வெயில் கொளுத்தும் இந்த நாளில் உன் கை இவ்வளவு குளிர்ந்திருக்கிறதே ஏன்?" என்று கேட்டேன்.

குழந்தைப் பருவத்தில் பிறர்மீது காட்டப்படும், மனத்தைக் கவரும் நம்பிக்கையுடன் பையன் எனது முழந்தாள்கள் மேல் சாய்ந்துகொண்டு, சிறிய சணல் நிறப் புருவங்களை நிமிர்த்தி வியப்புடன் என்னை நோக்கினான்.

"பெரியவரா? ஆனால் நான் கிழவனில்லையே, மாமா. பையன் தானே. எனக்குக் குளிர்ந்து விறைக்கவும் இல்லை. கைமட்டுந்தான் சில்லிட்டிருக்குது. ஏன், தெரியுமா? வெண்பனிப் பந்துகள் உருட்டிக் கொண்டிருந்தேன் அல்லவா, அதனால்."

அவன் தந்தை பாதி காலியாயிருந்த பயணப் பையை முதுகிலிருந்து இறக்கி வைத்துவிட்டு என் பக்கத்தில் சோர்வுடன் அமர்ந்து பின்வருமாறு சொன்னான்: "இதோ இருக்கிறானே நாடோடி. இவன் ஒரே துருதுருப்பை. இவனாலே எனக்கும் தாவு தீர்ந்து போய்விட்டது, இவனும் களைத்துப் போய்விட்டான். கொஞ்சம் நீள எட்டு வைத்து நடந்தோமானால் அவன் ஓடி வரத் தொடங்குகிறான். இப்படிக் காலில் இறக்கை கட்டிக்கொண்டு பறக்கிறவனோடு நாம் நடந்து கட்டுமா? ஓர் அடி வைக்க வேண்டிய இடத்தில் நான் மூன்று அடி வைக்க வேண்டியிருக்கிறது. இப்படியே நாங்கள் போகிறோம், குதிரையும் ஆமையும் போலே. இவன் என்ன செய்கிறான் என்று தெரிந்து கொள்ள நமக்குப் பிடரியில் தான் கண்கள் வேண்டும். நாம் கொஞ்சம் திரும்பினோமோ இல்லையோ, உடனே குண்டு குழிகளில் தேங்கியிருக்கும் தண்ணீரில் அளைய ஆரம்பித்துவிடுவான்; அல்லது உறை பனிக் குச்சி ஒன்றை ஒடித்து மிட்டாய் போன்று சூப்புவான். அடேயப்பா, இவனைப் போன்ற ஒருவனுடன் பயணம் செய்வது, அதுவும் கால் நடையாகப் போவது, ஒரு மனிதன் செய்யக் கூடிய வேலையில்லை." சற்று நேரம் பேசாதிருந்தான். பிறகு "ஆமாம். அண்ணே, உம் சேதி என்ன? எஜமானுக்காகக் காத்திருக்கிறீரா?" என்று வினவினான்.

நான் டிரைவர் அல்ல என்று அவனிடம் இப்போது சொல்ல விரும்பவில்லை. ஆகவே இப்படிச் சொல்லி வைத்தேன்:

"காத்திருக்கத்தான் வேண்டும் போலத் தோன்றுகிறது."

"அக்கரையிலிருந்து வருகிறாரா?"

"ஆமாம்."

"படகு பொட்டென வந்துவிடுமா? உமக்குத் தெரியுமா?"

"சுமார் இரண்டு மணி நேரத்தில் வரும்."

“அப்படியானால் நிறைய நேரம் இருக்கிறது என்று சொல்லும். நல்லது. அப்பாடா என்று களைப்பாறுவோம். எனக்கொன்றும் அவசரம் இல்லை. இப்படியே போகும் போது உம்மைப் பார்த்தேன். அவ்வளவுதான். சரி, நம்மைப் போன்ற ஒரு டிரைவர் விட்டாற்றியாக உட்கார்ந்து வெயில் காய்ந்து கொண்டிருக்கிறார் என்று எண்ணினேன். அவரருகே போய் அவரோடு சேர்ந்து புகை குடிப்போமே என்று தோன்றியது. தனியாகப்புகை குடிப்பதும் ஒன்றுதான், தனிக்கட்டையாகச் சாகிறதும் ஒன்றுதான். அதிலே ஒன்றும் சுவையில்லை. ஓ, நீர் சிகரெட் குடிக்கிறீரா? நல்ல செயலாயிருக்கிறீர் என்று தெரிகிறது. அடாடா, அவை நனைந்து போய்விட்டனவா? விடும், அண்ணே, ஈரப் புகையிலையும் ஒன்றுதான், சப்பைவைத்துக் கட்டிண குதிரையும் ஒன்றுதான். இரண்டுமே மட்டம்தான். அதை வையும் அப்படியே. இந்தாரும், என்னிடம் உள்ள நறுக்குப் புகையிலையை ஒரு கை பார்ப்போம்.”

தனது மெல்லிய காக்கிக் காற்சட்டைப் பையிலிருந்து ஒரு நைந்து போன பட்டுப் புகையிலைப் பையை வெளியே இழுத்தான் அதை அவன் பிரித்து விரித்தபோது ஒரு மூலையில் “லெபித்யான்ஸ்கயா உயர்நிலைப் பள்ளியின் ஒரு மாணவி நமது அருமைப் போர்வீரர் ஒருவருக்குக் கொடுத்த அன்பளிப்பு” என்ற எழுத்துக்கள் சித்திரத்தையலால் பொறிக்கப்பட்டிருந்ததைக் கண்டேன்.

வீட்டில் விளைக்கப்பட்ட காரமான புகையிலையைப் புகைத்தோம்; நெடுநேரம் வரை இருவரும் ஒன்றுமே பேசவில்லை. பையனுடன் அவன் எங்கே போகிறான் என்றும் இத்தகைய மோசமான பாதையில் எதற்காக வந்தான் என்றும் கேட்க எண்ணினேன். ஆனால் அவன் முந்திக்கொண்டான்:

“சண்டை தொடங்கியதிலிருந்து கடைசிவரை பட்டாளத்தில் இருந்தீராக்கும், அப்படித்தானே?”

“ஆமாம், கிட்டத்தட்டக் கடைசிவரையிலும்.”

“போர்முனையில் தானே?”

“ஆமாம்.”

"நல்லது. நானும் போர்முனைக்குப் போய்ப் படாத பாடெல்லாம் பட்டுத் தீர்த்தேன், அண்ணே, அளவுக்கு மேலேயே. ஆமாம்."

தனது முழந்தாள்களின் மீது பழுப்பேறிய பெரிய கைகளை வைத்துக் கொண்டு வைத்துக் கொண்டு முதுகைக் கொஞ்சம் கூனிக் கொண்டான். பக்கவாட்டில் அவன்மீது கண்ணோட்டினேன். அப்போது எனக் இன்னதென்று தெரியாத மனக்கலக்கம் உண்டாயிற்று. ஆ, அந்தக் கண்கள்! சாம்பல் தெளித்தது போல் தோன்றிய கண்கள், உள்ளார்ந்த வேட்கையும் துயரமும் ததும்ப, நேருக்கு நேர் நோக்கவே கடினமான கண்கள். அத்தகைய கண்களை நீங்கள் எப்போதாவது பார்த்ததுண்டா? தற்செயலாக எனக்கு அறிமுகமான இந்த மனிதனின் கண்கள் அந்த மாதிரி இருந்தன.

வேலியிலிருந்து கோணலும் மாணலுமான ஒரு சுள்ளியை ஒடித்து, மணலின்மீது ஏதோ விந்தையான படம் வரைந்தான். பிறகு சொன்னான்:

"சில நேரம் இரவில் என்னால் உறங்க முடியாது. இருட்டை உறுத்துப் பார்த்த வண்ணம், 'வாழ்வே, ஏன் இப்படிச் செய்தாய்? என்னை ஏன் இப்படி வாட்டி வதைத்தாய்? என்னுடைய திராணியை ஏன் பறித்துக்கொண்டாய்?' என்று எண்ணமிடுவேன். என் கேள்விகளுக்கு விடையொன்றும் கிடைப்பதில்லை. இருட்டானாலும் சரி, இல்லை, சூரியன் பளிச்சென்று ஒளிசெய்யும் போ தானாலும் சரி... எனக்கு விடை எதுவும் கிடைப்பதில்லை. இனி ஒருபோதும் விடை கிடைக்காது." திடீரென்று அவன் தன்னுணர்வு கொண்டு தனது சிறு மகனை அன்புடன் மெல்ல அப்புறத்தே தள்ளி, "போடா, தம்பி, போ. அதோ அங்கே நீருக்கு அருகில் விளையாடு. பெரிய ஆற்றின் கரையில் சிறு பையன்கள் விளையாடுவதற்கு எப்போதும் ஏதாவது கிடைக்கும். ஒன்றுமட்டும் கவனமாயிரு. கால்களை நனைத்துக் கொள்ளாதே!" என்று சொன்னான்.

நாங்கள் இருவரும் ஒன்றும் பேசாது புகைத்துக் கொண்டிருந்தபோது தந்தையையும் மகனையும் சட்டென்று ஒரு பார்வை பார்த்தேன். அவர்களைப் பற்றி ஒன்றுமட்டும்

வழக்கத்துக்கு மாறாகப் பட்டது. பையன் எளிமையாகத்தான் உடுத்திருந்தான். ஆனால் நல்ல பாந்தமான உடுப்புக்கள். வெள்ளாட்டுக்குட்டியின் மெத்தென்ற மென்மயிர்த் தோலை உள்ளே கொடுத்துத் தைத்திருந்த நீண்ட சிறு கோட்டு அவனுக்கு உடலோடு ஒட்டினாற் போலப் பொருந்தியிருந்த மாதிரி, அவனுடைய சின்னஞ் சிறு ஜோடுகள் காற்றுப் புகாதபடி கம்பளிக் காலுறைகளுடன் இணைக்கப்பட்டிருந்த விதம், அவன் கோட்டுக் கையிலிருந்த பழைய கிழிசலொன்று மிகமிகக் கச்சிதமாக இழை யெடுத்துச் சேர்க்கப்பட்டிருந்த நேர்த்தி, இவற்றை எல்லாம் பார்த்தபோது இவை ஒரு பெண்ணின் கைவேலை, தாயின் கைத்திறமை என்று தோன்றியது. ஆனால் தந்தையின் தோற்றமோ, வேறுபட்டிருந்தது. அவனுடைய பஞ்சு வைத்துத் தைத்த கோட்டு பல இடங்களில் பொசுங்கி, மேம்போக்காக இழை சேர்க்கப் பெற்றிருந்தது; நைந்துபோன காக்கிக் காற்சட்டையில் இருந்த ஒட்டு சரியானபடி தைக்கப்படாமல், ஆண்கள் செய்வது போன்ற அவசரத் தையல்களால் ஒட்டப்பட்டிருந்தது. அவன் அணிந்திருந்த இராணுவ ஜோடுகள் அநேகமாகப் புதியவை. ஆனால் அவனது தடித்த கம்பளிக் காலுறையில் நிரம்ப ஓட்டைகள் இருந்தன. அவற்றில் ஒருபோதும் பெண்ணின் கை பட்டிருக்கவே முடியாது.... ஒன்றா இவன் மனைவியை இழந்தவன்; அல்லது இவனுக்கும் மனைவிக்கும் இடையே ஏதோ தகராறு என்று அப்போதே நினைத்தேன்.

மகன் நீரருகு செல்லும்வரை அவன் கவனித்தான். பிறகு கனைத்துத் தொண்டையைச் சரிப்படுத்திக்கொண்டு மீண்டும் பேசத் தொடங்கினான். நான் முழுக் கவனத்துடன் கேட்டேன்.

"தொடக்கத்தில் எனது வாழ்க்கை மிகச் சாதாரணமாகத்தான் இருந்தது. நான் வரோனெஷ் குபேர்னியாவைச் சேர்ந்தவன். அங்கே *1900ம் ஆண்டில் பிறந்தவன்.* உள்நாட்டுப் போரின் போது செஞ்சேனையில் கிக்வித்ஸேயின் டிவிஷனில் இருந்தேன். *1922ம் ஆண்டுப் பஞ்சத்தில்* குபானுக்கு ஓடினேன். குலாக்குகளுக்காக மாடு போல் உழைத்தேன். உழைத்திராவிட்டால் இன்று நான் உயிருடன் இருக்க முடியாது. ஆனால் ஊரில் என்னுடைய தந்தை,

தாய், தங்கை எல்லோரும் பட்டினியால் இறந்துவிட்டார்கள். நான் ஒற்றைக் கட்டையானேன். உறவினரோ என்றால் எனக்கு எங்கும் ஒருவர் கூடக் கிடையாது. ஒரு பூதர் கூடக் கிடையாது. கேட்டீரா. ஓர் ஆண்டிற்குப் பின்னர் குபானிலிருந்து திரும்பிவந்து, வீட்டை விற்றுவிட்டு வரோனெஷுக்குச் சென்றேன். முதலில் தச்சு வேலை செய்தேன். பிறகு ஒரு தொழிற் சாலைக்குச் சென்று மெக்கானிக் வேலை கற்றேன். விரைவில் மணம் புரிந்துகொண்டேன். எனது மனைவி குழந்தைகள் விடுதி ஒன்றில் வளர்ந்தவள். திக்கற்றவள். ஆம், எனக்கு வாய்த்தவள் மிக நல்லவள். நல்ல சுபாவம், கலகலவென்றிருப்பாள்; என்னைத் திருப்தி செய்வதில் எப்போதும் அவளுக்கு ஆவல். பாங்கும் பதவிசுமாயிருப்பாள். அவளுக்கும் எனக்கும் ஏணி வைத்தால்கூட எட்டாது. அவள் சின்னக் குட்டியாய் இருந்தபோது முதலே உண்மையான துன்பம் என்ன என்பதை அறிந்திருந்தாள். ஒருவேளை அந்த அறிவு அவளது குணத்தை உருவாக்கியிருக்கலாம். பக்கவாட்டில் அவளைப் பார்த்தால் அப்படிப் பிரமாதமாக ஒன்றும் காணோமே என்று தோன்றும். ஆனால், அண்ணே, நான் அவளைப் பக்கவாட்டில் பார்க்கவில்லையே. நேருக்கு நேராக அல்லவா பார்த்தேன்! என் கண்களுக்கு அவளைவிட அழகி ஒருத்திகூட இந்த உலக முழுதிலும் இருந்ததுமில்லை; இருக்கப் போவதுமில்லை. ஒருக்காலும் முடியாது.

வேலையிலிருந்து களைத்துப் போய் வீடு திரும்புவேன். சில நேரம் ஒரே சிடுசிடுப்புடன் சீறிச் சீறி விழுவேன். ஆனால் அவளோ ஏட்டிக்குப் போட்டி என்று முகத்திலடித்தாற்போலப் பேசுவதே கிடையாது. எவ்வளவு மெல்லியலுடனும் அமைதி யுடனும் இருப்பாள் தெரியுமா? எனக்கு எவ்வளவு செய்தாலும் அவளுக்குப் போதுமென்றுபடாது. முடையாயிருக்கும்போது கூட வாய்க்கு ருசியாக ஏதாவது செய்து எனக்குத் தர எப்போதும் முயல்வாள். அவளைப் பார்த்தாலே போதும். என் மனச்சுமை இறங்கிவிடும். சற்று நேரத்திற்குப்பின் அவளை அணைத்துக் கொண்டு, ‘இரீனா, என் கண்ணே, உன்னிடம் முரட்டுத்தனமாய் நடந்துகொண்டதில் எனக்கு ரொம்ப வருத்தம். இன்றைக்கு வேலையில் ஒரே தொந்தரை. அதனால் தான் எரிந்து விழுந்தேன்’ என்று

சொல்லுவேன். எங்களிடையே மறுபடியும் சமாதானம் ஏற்பட்டுவிடும். எனக்கும் அப்பாடா என்று மனது பாட்டிலே போடும். இந்தச் சுமுகமான நிலைமை வேலைக்கு எவ்வளவு உதவி தெரியுமா, அண்ணே? காலையில் உற்சாகமாகப் படுக்கைவிட்டு எழுந்திருந்து நேரே தொழிற்சாலைக்குச் செல்வேன். தொட்ட வேலை எல்லாம் துலங்கிடும்; கடிகாரம் திருப்பினாற் போலே கணக்காக நடந்திடும். மெய்யாகவே பாங்கும் பரிவும் உள்ளவள் மனைவியாக வாய்த்தால் தொட்டது துலங்காமல் என்ன செய்யும்?

"சில நேரங்களில், சம்பள நாளன்று கூட்டாளிகளோடு சேர்ந்து குடிப்பேன். சில சமயம் குடிவெறியில் கால்கள் பின்ன தள்ளாடித் தடுமாறிக் கொண்டு நான் வீடு திரும்பும்போது என்னைப் பார்த்தாலே குலை பதறும்படி யிருக்கும். என் கில்லாடி நடைக்குப் பெரிய தெருவே அகலம் பற்றாது, சந்துகளைப் பற்றியோ கேட்கவே வேண்டாம். அந்த நாட்களில் எனக்கு இளவயது. உடம்பிலே உரமும் வலிமையும் இருந்தன. நிரம்பக் குடித்தாலும் தாங்கிக்கொள்ள முடியும். எப்போதும் நானாகவே வீடு போய்ச் சேர்ந்துவிடுவேன். ஆனால் சில நேரங்களில் கடைசிப்பகுதியில் 'கியர்' விழுந்து போகும்- தவழ்ந்து தவழ்ந்து ஒரு வகையாக வீடு போய்ச் சேருவேன். ஆனால் இரீனா ஒரு வார்த்தை வெடுக்கென்று சொல்லுவாளா? கிடையாது. அதட்ட மாட்டாள், கத்த மாட்டாள். என் இரீனா என்னைப் பார்த்துச் சிரிப்பாள். அவ்வளவு தான். அது கூட ரொம்ப ஜாக்கிரதையுடன் சிரிப்பாள். என்ன தான் குடிமயக்கத்தில் இருந்தாலும், அவளுடைய சிரிப்பை நான் தப்பாக எடுத்துக் கொள்ளக் கூடாதல்லவா? அதற்காக. எனது ஜோடுகளைக் கழற்றியபடியே, 'இன்றிரவு நீ சுவரோரமாகப் படுத்துக்கொள்வது நல்லது, அந்திரேய். இல்லாவிட்டால் உறக்கத்தில் படுக்கையிலிருந்து உருண்டு விழுந்துவிடுவாய்' என்று மெல்லிய குரலில் சொல்வாள். அப்படியே ஓட்ஸ் மூட்டை போலத் தொப்பென்று படுக்கையில் விழுவேன். எதிரேயுள்ள ஒவ்வொரு பொருளும் சுற்றிச் சுற்றிச் சுழலுவது போலிருக்கும். எனக்கு உறக்கம் வரும் தறுவாயில் எனது தலையை மெதுவாக வருடியபடியே அன்பு மொழிகளை என் காதோடு அவள் சொல்வதை உணர்ந்து,

எனக்காக அவள் வருத்தப்படுகிறாள் என்பதை அறிந்து கொள்வேன்....

"காலையில் வேலைக்குப் போவதற்கு இரண்டு மணி நேரத்திற்கு முன்னேயே என்னை எழுப்பிவிடுவாள். என் மயக்கம் தெளிவதற்கு நேரம் வேண்டுமல்லவா! இரவு குடித்தால் மறு நாள் காலை நான் எதுவும் தின்னமாட்டேன் என்று அவளுக்குத் தெரியும். ஆகையால் வெள்ளரிக்காய் ஊறுகாயோ அதைப் போன்ற வேறு ஏதேனுமோ எனக்குத் தின்னத் தந்து, குடித்த மறு மறு நாள் ஏற்படும் சோர்வைப் போக்குதற்காக எனக்கு ஒரு மடக்கு வோட்கா ஊற்றிக் கொடுப்பாள். 'இந்தா, அந்திரேய். இனிமேல் ஒருபோதும் இப்படிக் குடிக்காதே, என் அன்பல்லவா!' என்பாள். இவ்வளவு நம்பிக்கை வைத்திருக்கும் ஒருத்திக்கு எப்படித் துரோகம் செய்ய முடியும்? வோட்காவைக் குடிப்பேன். பேசாமலேயே அவளுக்கு நன்றி செலுத்துவேன். ஒரு பார்வை. ஒரு முத்தம். அவ்வளவு தான். அடக்க ஒடுக்கமாக வேலைக்குப் போவேன். ஆனால் அவள் மட்டும் நான் குடிவெறியிலிருந்த போது ஏறுமாறாக ஒரு பேச்சுப் பேசியிருந்தாளே யானால், என்னைத் திட்டவோ அதட்டவோ தொடங்கி யிருந்தாளேயானால் நான் மறுபடியும் குடித்து விட்டுத்தான் வீட்டுக்கு வந்திருப்பேன். கடவுள் ஆணையாகச் சொல்லுகிறேன், அப்படித் தான் செய்திருப்பேன். பெண்டாட்டி கூர் கெட்டவளாயிருக்கும் குடும்பங்களில் அப்படித்தான் நடக்கிறது. அந்த மாதிரி எத்தனையோ குடும்பங்களைப் பார்த்திருக்கிறேன். எனக்குத் தெரியும்.

"ஆயிற்றா. விரைவில் குழந்தைகள் பிறக்கத் தொடங்கின. முதலில் பையன் பிறந்தான். பிறகு இரண்டு பெண்கள்... அப்போது தான் கூட்டாளிகளின் உறவைக் கத்தரித்துக் கொண்டேன். சம்பளப் பணம் முழுதையும் வீட்டிற்குக் கொண்டு போய் மனைவியிடம் கொடுக்கத் தொடங்கினேன். குடும்பம் பெரிதாகிவிட்டதே; இனிக் குடிப்பதற்குப் பொழுது ஏது? விடுமுறை நாளன்று ஒரு குவளை பீர் குடிப்பதோடு சரி. அதற்குமேல் போகமாட்டேன்.

"1929ல் மோட்டார்களில் எனக்கு நாட்டம் விழுந்தது. மோட்டார் ஓட்டக் கற்றுக்கொண்டு ஒரு லாரியில் வேலை செய்தேன். அதில் நன்றாகப் பழகியவுடன் மறுபடியும்

தொழிற்சாலைக்குச் செல்ல எனக்கு விருப்பமில்லை. லாரி ஓட்டுவது எனது மனதிற்கு மிகவும் பிடித்திருந்தது. இப் படியே பத்து ஆண்டுகள் வாழ்ந்தேன். பொழுது கழிந்ததே தெரியவில்லை எனக்கு. கனவு போல் இருந்தது. ஆனால் பத்து ஆண்டுகள் எம்மாத்திரம்? நாற்பது வயதுக்கு மேற்பட்ட ஒருவனை எப்படி வாழ்க்கையைக் கழித்தோம் என்று கவனித்திருக்கிறாயா என்று கேட்டுப் பாருங்கள். துளிகூட அவன் கவனிக்கவில்லை என்று தெரிந்து கொள்வீர்கள். கழிந்து போன வாழ்க்கையும் ஒன்று, அதோ அங்கே மங்கிய பனிப்படலத்தில் தொலைவில் ஸ்தெப்பி வழி தெரிகிறதே, அதுவும் ஒன்று. இன்று காலையில் நான் அந்த ஸ்தெப்பியைக் கடந்து வந்தபோது சுற்றிலும் தெளிவா க இருந்தது. ஆனால் இப்போது இருபது கிலோமீட்டர்கள் கடந்து வந்தபின் பார்த்தாலோ ஒரே மங்கலாகத் தென்படுகிறது. மரம் எது புல் எது என்றோ, புல் வெளி எது வயல் எது என்றோ தெளிவாகத் தெரியவில்லை.

“அந்தப் பத்து ஆண்டுகளும் இரவு பகலாக உழைத்தேன். நிறையச் சம்பாதித்தேன். பிற மக்களை விட ஒரு குறைச்சலும் இல்லாமல் வாழ்ந்தோம். குழந்தைகள் தாம் எங்கள் இன்பம் எல்லாம். மூன்று பேரும் பள்ளியில் நன்றாகப் படித்தார்கள். மூத்தவன் அனத்தோலிய் கணக்கில் மிகக் கெட்டிக்காரன். மாஸ்கோ செய்தித்தாள் ஒன்றில் கூட அவன் பெயர் வந்தது. இவ்வளவு சமர்த்து அவனுக்கு எங்கிருந்து வந்தது என்று என்னால் சொல்ல முடியாது, முடியாது, அண்ணே. ஆனால் அது எனக்கு இன்பமாயிருந்தது. அவனைப்பற்றி எனக்கு ஒரே பெருமை. ஆமாம்... ரொம்ப ரொம்பப் பெருமை!

“பத்து ஆண்டுகளில் கொஞ்சம் பணம் மிச்சம் பிடித்தோம். போருக்கு முன்பு ஒரு சிறு வீடு கட்டினோம்-இரண்டு அறை, ஒரு கூடம், ஒரு முகப்புடன். இரீனா இரண்டு வெள்ளாடுகள் வாங்கினாள். இதற்குமேல் எங்களுக்கு என்ன வேண்டும்? குழந்தைகளின் கஞ்சிக்குப் பாலிருந்தது; குடியிருக்க வீடு இருந்தது. இடுப்பார உடை, காலிலே ஜோடு, ஆக எல்லாமே நல்லபடிதான் இருந்தது. வீடு கட்ட நான் பிடித்த இடம் அவ்வளவு நல்ல தாயில்லை. அது

ஒன்று தான் குறை. விமானத் தொழிற்சாலைக்கு அருகாமையிலேயே எனக் மனை யொன்று கொடுத்தனர். அதில் தான் கட்டினேன். வேறு எங்கேனும் மனை கிடைத்திருக்குமானால், ஒரு வேளை என் வாழ்வு வேறு மாதிரித் திரும்பியிருக்கலாம்....

"பிறகு வந்தது ஐயா-அது தான் யுத்தம். மறு நாளே எனக்கு உத்தரவு வந்துவிட்டது. அதற்கு அடுத்த நாளே 'ரயில் நிலையத்திற்கு வரவும்' என்று மறு உத்தரவு வந்தது. என் கண்மணிகள் நாலு பேரும் என்னை வழியனுப்பினார்கள்அதாவது இரீனா; அனத்தோலிய், எனது மகள்மார் நாஸ்த்தெங்கா, ஓலுஷ்கா, நாலு பேரும். குழந்தைகள் என்னமோ மனங்கலங்காமல் தான் இருந்தார்கள். பெண்களுக்கு மட்டும் அழுகையை அடக்க முடியவில்லை. ஒன்றிரண்டு துளி கண்ணீர் பீறிக் கொண்டு வந்து விட்டது. அனத்தோலிய் குளிரில் நடுங்குவதுபோலக் கொஞ்சம் நடுங்கினான். அத்தோடு சரி. அப்போது அவனுக்கு பதினேழு வயது நெருங்கிக் கொண்டிருந்தது. ஆனால் என் இரீனாவோ.... நாங்கள் இருவரும் சேர்ந்து வாழ்ந்த பதினேழு ஆண்டுகளில் இது போல ஒருபோதுமே கண்டதில்லை. இரவு முழுவதும் அவள் பெருக்கிய கண்ணீரால் என் சட்டையும் மார்பும் நனைந்து போய்விட்டன. காலையிலும் அதே கதைதான். ரயில் நிலையத்திற்குப் போனோம். அவள் இருந்த இருப்பைக் கண்டு எனக்குண்டான வருத்தத்தில் அவளை நேருக்கு நேர் பார்க்கவே என்னால் முடியவில்லை. அழுது அழுது அவள் உதடுகள் கூட வீங்கியிருந்தன; அவளுடைய தலைமயிர் குட்டைக்கு வெளியே பரட்டையாய்த் துருத்திக் கொண்டிருந்தது; அவளது கண்கள் மங்கியிருந்தன; மருள் கொண்டவள் போல விழித்துக் கொண்டிருந்தாள். அதிகாரிகள் எங்களை வண்டியில் ஏறும்படி கட்டளையிட்டார்கள். ஆனால் அவள் என்னை ஏறவிட்டால் தானே? பாய்ந்து வந்து என் மார்போடு ஒண்டிக் கொண்டு என் கழுத்தைச் சுற்றிக் கைகளைப் போட்டுக் கட்டிக்கொண்டாள். அவள் உடம்பெல்லாம் பதறிற்று. மரத்தை வெட் டினால் நடுங்குமே, அது போல.. குழந்தைகள் அவளிடம் பேசித் தேற்ற முயன்றார்கள். நானும் ஏதோ ஆறுதல் சொன்னேன். ஆனால் ஒன்றும் பயனில்லை. அங்கு இருந்த மற்றப்

பெண்களெல்லாம் தம் கணவன் மாரிடமும் பிள்ளைகளிடமும் வளவளவென்று பேசினார்கள்.. ஆனால் என்னவளோ என்னைப் பற்றித் தொங்கிக் கொண்டிருந்தாள். கிளையிலே இலை தொங்குமே, அது போல. கடைசி வரையில் ஒரே நடுக்கமாக நடுங்கினாள்; ஒரு சொல்கூட அவளால் பேச முடியவில்லை. 'மனதைக் கல்லாக்கிக்கொள், இரீனா, என் கண்ணே. நான் புறப்படுவதற்கு முன்னால் ஏதாவது சொல்லேன் எனக்கு' என்றேன். ஒவ்வொரு சொல்லுக்கும் இடையில் தேம்பிக்கொண்டே அவள் சொன்னது இது தான்: 'அந்திரேய்... என் கண்ணாளா.. நாம் இனி ஒரு போதும்... ஒருபோதுமே இந்த உலகில்... ஒருத்தரை ஒருத்தர் மீண்டும் பார்க்கமாட்டோம்....'

'எப்படி யிருக்கிறது? எனக்கானால் அவள் மேல் உண்டான இரக்கத்தால் நெஞ்சு வெடித்துவிடும் போல் இருந்தது. அவள் என்னடா என்றால் என்னிடத்தில் அது மாதிரிச் சொல்கிறாள். அவளை விட்டுப் பிரிந்து செல்வது எனக்குமட்டும் எளிதாகவா இருந்தது? இல்லையே.விருந்துக்கா போய்க் கொண்டிருந்தேன்? அதுவும் இல்லையே. இதை அவள் புரிந்துகொள்ள வேண்டாமா? அவள் சொல்லியதில் எனக்குத் தாங்க முடியாத ஆத்திரம் பொங்கிக் கொண்டு வந்தது. என்னைக் கட்டிக் கொண்டிருந்த அவள் கைகளைப் பிரித்து இழுத்து அவளை ஒரு தள்ளு தள்ளினேன். ஏதோ மெதுவாகத் தள்ளினது போலத்தான் எனக்குத் தெரிந்தது. ஆனால் எனக்குக் காளைமாடு போல வலிவு இருந்ததல்லவா? ஆகவே அவள் அப்படியே தள்ளாடி சற்றே மூன்று அடிவரை பின்னே போய் விட்டாள். பிறகு கைகளை நீட்டியபடி, என்னை நோக்கி மெல்ல நடந்து வந்தாள். நானோ 'ஏய், விடை தரும் முறை இது தானா? என் காலம் முடிவதற்குள்ளேயே என்னைப் புதைக்க விரும்புகிறாயா?' என்று அவளைப் பார்த்துக் கூச்சல் போட்டேன். ஆனால் அவள் இருந்த கோலத்தைக் கண்டதும் மீண்டும் அவளை அணைத்துக்கொண்டேன்...."

அவன் திடீரென்று இடையில் பேச்சை நிறுத்தினான். பிறகு நிலவிய அமைதியில் அவன் விம்மலை அடக்க முயன்றதால்

ஏற்பட்ட ஒலி மட்டும் என் செவிக்கு எட்டிற்று. அவனது உள்ள நெகிழ்ச்சி என் நெஞ்சைத் தொட்டது. ஓரப் பார்வையாக அவனை நோக்கினேன். ஆனால் அவனது வறண்ட, சாம்பல் நிறக் கண்களிலே ஒரு துளி நீர் கூடக் காணவில்லை. ஏக்கத்துடன் தலையைத் தொங்க விட்டுக்கொண்டு அமர்ந்திருந்தான். அவனுடைய சோர்ந்த பெரிய கைகள் சற்றே பதறின; மோவாய் நடுங்கிற்று; உறுதியாக மூடியிருந்த உதடுகள் கூட அவ்வாறே நடுங்கின..

“இப்படிக் கவலைக்கு இடங் கொடுக்க வேண்டாம், தம்பீ. அதைப்பற்றி நினைக்கவே வேண்டாம்!” என்று மெல்லக் கூறினேன். ஆனால் அவன் என் சொற்களைக் காதில் போட்டுக் கொண்டதாகவே தெரியவில்லை. துயரப் பெருக்கைப் பெரிதும் முயன்று அடக்கிக்கொண்டு புதுமையாக மாறிய தழுதழுத்த குரலில் திடீரென்று சொன்னான்:

“எனது கடைசி வாழ்நாள் வரையும், சாகும் வரையும், வாழ்வின் இறுதிக் கணம் வரையும், என்னை நான் ஒருபோதும் மன்னித்துக்கொள்ளவே மாட்டேன். அவளை அப்படி எட்டித் தள்ளினேனே, அந்தக் குற்றத்திற்கு மன்னிப்பே கிடையாது என்னுள்ளத்தில்!”

மீண்டும் அவன் மௌனமாகிவிட்டான். நெடுநேரம் வரை ஒன்றுமே பேசவில்லை. செய்தித்தாளிலிருந்து கிழித்த துணுக்கில் சிகரெட் சுருட்ட முயன்றான். ஆனால் காகிதத் துண்டு அவனது விரல்கள் அழுத்தியதில் சர்ரென்று கிழிந்து போயிற்று. புகையிலை சிதறி அவனது முழந்தாளின் மேல் விழுந்தது. முடிவில் காகிதத்தையும் புகையிலையையும் எப்படியோ காமாசோமா என்று ஒரு சுருளாக்கிப்பற்றவைத்து ஆவலாகச் சில முறை புகை இழுத்தான். பிறகு தொண்டையைக் கனைத்துச் சரிப்படுத்திக் கொண்டு தொடர்ந்து பேசினான்:

“இரீனாவின் அணைப்பிலிருந்து என்னை விடுவித்துக் கொண்டேன். அவள் முகத்தை நிமிர்த்திப் பிடித்து முத்தம் தந்தேன். அவள் உதடுகள் அப்படியே பனிக்கட்டி போலச் சில்லிட்டிருந்தன. ‘போய்வருகிறேன்’ என்று குழந்தைகளிடம் சொல்லிவிட்டு

வண்டியை நோக்கி ஓடினேன். அது நகர்ந்து கொண்டிருந்தது. அதன் படியில் குதித்து ஏறினேன். தொடக்கத்தில் ரயில் வண்டி மிகப் பையச் சென்றது. அது என் பெண்டு குழந்தைகள் நின்று கொண்டிருந்த இடத்தைக் கடந்து சென்ற போது நான் அவர்களை மறுபடியும் பார்த்தேன். பாவம், திக்கற்ற சிறுவர்கள் ஒன்று சேர்ந்து நின்று கொண்டு கைகளை ஆட்டி வழியனுப்பினார்கள். முகத்தில் புன்னகையை வருவித்துக் கொள்ள அவர்கள் முயன்ற போதிலும் முடியவில்லை. இரீனாவோ கைகளை மார்போடு சேர்த்து வைத்துக் கொண்டு நின்றாள். அவள் உதடுகள் சுண்ணாம்பு போல் வெளுத்திருந்தன; ஏதோ முணுமுணுத்துக் கொண்டு பரக்க விழித்தாள்; பேய்க் காற்றை எதிர்த்து நடக்க முயல்பவள் போன்று அவள் உடம்பு முழுவதும் முன்னோக்கி வளைந்திருந்தது. மார்புடன் சேர்த்து வைத்துக் கொண்டிருந்த அவளது கைகள், வெளிறிய இதழ்கள், கண்ணீர் மல்கிய விரிந்த கண்கள், இந்தக் கோலத்தில் தான் அவளை வாழ்நாள் முழுவதும் என் மனத்திலே காண்பேன். பெரும்பாலும் எனது கனவுகளிலும் இதே தோற்றத்தில்தான் அவளைக் காண்கிறேன். ஐயோ, அவளை ஏன் அப்படி அப்பால் தள்ளினேன்? இப்போதுகூட நினைத்துப் பார்க்கும்போது மழுங்கிய கத்தியினால் நெஞ்சைக் குதறுவது போலிருக்கிறது.

"உக்ரேய்னாவைச் சேர்ந்த பேலயா சேர்கவ் நகருக்கருகே எங்களுடைய படைப்பிரிவுகளுக்கு நாங்கள் அனுப்பப்பட்டோம். எனக்கு ஒரு மூன்று டன் லாரி ஓட்டும் வேலை தரப்பட்டது; அதிலே தான் போர்முனைக்குப் போனேன். நல்லது. சண்டையைப் பற்றி உம்மிடம் விவரிப்பதில் ஒன்றும் அர்த்தமில்லை. நீருந்தான் அதைப் பார்த்தீரே. தொடக்கத்தில் எப்படியிருந்தது என்று உமக்கே தெரியும். வீட்டிலிருந்து எத்தனையோ கடிதங்கள் வரும். ஆனால் நாங்கள் நிறைய எழுதுவதில்லை. என்றாவது தான் எழுதுவோம். அதுவும் என்ன? இங்கே எல்லாம் நன்றாய்த்தானிருக்கிறது. ஏதோ கொஞ்சம் சண்டை செய்கிறோம். தற்போது நாங்கள் பின் வாங்கிக் கொண்டிருக்கலாம், ஆனால் விரைவிலேயே எங்கள் பலத்தை எல்லாம் திரட்டி ஜெர்மன்காரன் ஒருபோதும் மறக்க முடியாதபடி செம்மையாகத் தரப்போகிறோம், என்றெல்லாம் எழுதுவோம்.

வேறு என்ன எழுதமுடியும்? அதுவோ சங்கடமான நேரம். எழுதவே பிடிக்கவில்லை. எப்பொழுது பார்த்தாலும் துயரப் பல்லவி பாடி அழும் வழக்கம் எனக்கு ஒரு நாளும் கிடையாது என்பதையும் சொல்லிவிடுகிறேன். சில அழுகுணிகள் உண்டு. அவர்களைப் பார்த்தாலே எனக்குக் குமட்டிக் கொண்டு வரும். நாள்தோறும் மனைவிகளுக்கும் காதலிகளுக்கும் எழுதுவார்கள். எழுதுவதற்குக் காரணமே இருக்காது. சும்மா மூக்காலே அழ வேண்டுமே, அதற்காக எழுதுவார்கள். 'ஐயோ, வாழ்க்கை கடுமையாயிருக்கிறதே. ஐயோ, நான் குண்டுபட்டுச் செத்துப்போவேனோ என்னவோ' என்றெல்லாம் வசவசவென்று எழுதிக்கொண்டு போவார்கள். நாய்க்குப் பிறந்த பயல்கள்! இப்படி முறையிடுகிறது; வாய்க்கு வந்ததை உளறுகிறது; பின்பு யாராவது இரக்கம் காட்டமாட்டார்களா என்று பார்த்துக் கொண்டிருக்கிறது. பாவம், அந்தப் பெண்களும் பிள்ளைகளும் அங்கே ஊரில் இதே போலத்தான் துன்பப் படுகிறார்கள் என்பதை இவர்கள் புரிந்துகொள்வதே கிடையாது. பார்க்கப் போனால் அவர்கள் அல்லவா நாடு முழுவதையும் தோள் கொடுத்துத் தாங்கி நின்றார்கள்! அடே யப்பா! அது போன்ற பெருஞ்சுமையால் நசுக்குண்டு சதைந்து போகாமலிருக்க நமது பெண்கள் பிள்ளைகளின் தோள்கள் எவ்வளவு வலிவாயிருந்திருக்க வேண்டும்! ஆனால் அவர்கள் சதைந்து போகவில்லை. முடிவுவரை தளராமல் தாங்கி நின்றார்கள். அந்த நிலையில் இந்த அழு குணிகளில் எவனாவது ஒரு விடியாமூஞ்சிப் பயல் கடிதத்தில் துன்பக் கதையைக் கொட்டி அளக்கிறான். அங்கே ஊரில் வேலை செய்யும் பெண் அதைப் படித்துத் தவித்துத் தடுமாறிப்போவாளா மாட்டாளா? அந்த மாதிரி ஒரு கடிதம் வந்த பிறகு, பாவம், அந்தப் பெண், தான் எனன செய்வதென்றோ தனது வேலையை எவ்வாறு சமாளிப்பதென்றோ அறியாது தவிப்பாள். இல்லை. தேவை ஏற்பட்டால் எந்தத் துன்பம் வந்தாலும் தாங்கிக்கொள்வதல்லவா ஆண் மகனுக்கு அழகு! எல்லாக் கஷ்டங்களையும் சகித்துக்கொள்ள வேண்டாமா? போர்வீரனாக இருப்பதும் அதற்காகத் தானே! பெண்மை மிகுந்து ஆண்மை குறைந்திருந்தால் எங்கேனும் தொலையட்டுமே; சூம்பின பின்புறம் சற்று பொம்மென்று தெரியும் படியாக நிறைய மடிப்பு வைத்துத் தைத்த ஸ்கர்ட்டைப்

போட்டுக்கொண்டு (பின்னாலிருந்து பார்ப்பதற்காவது பெண்ணைப்போலத் தெரியுமல்லவா) பீட் டுக் கிழங்கு வயல்களில் களை பிடுங்கவோ பால் கறக்கவோ போகிறது தானே! இந்த மாதிரிப் பயல்கள் எல்லாம் போர் முனைக்கு வர வேண்டிய தேவையில்லையே! அங்கே ஏற்கனவே அடிக்கிற நாற்றமே சகிக்கவில்லை, இவர்கள் வேறு வந்து நாறடிக்க வேண்டுமா?

“நான் முழுதாக ஓராண்டுகூடப் போரிடவில்லை.... இரண்டு முறை குண்டடிபட்டேன்; ஆனால் இரு முறையும் கொஞ்சமாகத் தான். ஒரு முறை கையில், இரண்டாந்தடவை காலிலே. முதல் காயம் விமானத்திலிருந்து வந்த குண்டினால் உண்டாயிற்று. இரண்டாவது காயம் பீரங்கிக் குண்டிலிருந்து சிதறிய பெரிய சில்லு ஒன்று தாக்கியதால் ஏற்பட்டது. எனது லாரியின் மேற் புறத்தையும் பக்கங்களையும் ஜெர்மானியர் குண்டுகளால் தொளைத்து விட்டார்கள். ஆனால், அண்ணே, முதலில் எல்லாம் அதிர்ஷ்டக் காரனாக இருந்தேன். பிறகுதான் துரதிர்ஷ்டம் வந்தது... 1942 மே மாதம் லஸவேன்கியில் துர்ப்பாக்கியவசமாக நான் போர்க் கைதியாகி விட்டேன். அப்போது நிலைமை மிக மோசமாயிருந்தது. ஜெர்மன் படைகள் கடுமையாகத் தாக்கிக் கொண்டிருந்தன. எங்களுடைய 122 மில்லிமீட்டர் ஹோவிட்ஸர் பீரங்கிப் படை ஒன்றில் கிட்டத்தட்ட குண்டுகளே இல்லாத நிலைமை வந்தது. எனது லாரியில் இடங் கொண்டவரை குண்டுகளை நிறைத்தோம். ஏற்று வதில் நானும் பரந்து பரந்து வேலை செய்த மும்முரத்தில் வியர்த்து வடிந்து முதுகோடுமுதுகாக. என் சட்டை ஒட்டிக் கொண்டுவிட்டது. நாங்கள் முன்னேற வேண்டியிருந்தது; ஏனெனில் ஜெர்மன் படைகள் எங்களை நெருங்கி வந்து கொண்டிருந்தன. இடப்புறத்தில் டாங்கிகள் வரும் கடகட வென்ற அதிரொலி கேட்டது; வலப்புறமும் முன் புறமும் குண்டுகளின் வெடி முழக்கம். நிலைமை சரியாக இல்லையென்பது தெரிந்தது.

“ ‘போர்முனைக்குப் போய்ச் சேர முடியுமா உன்னால், ஸகலோவ்?’ என்று எங்கள் கம்பெனித் தலைவர் கேட்டார். இதைக் கேட்டிருக்கவே தேவையில்லை. அங்கே என் தோழர்களெல்லாம் உயிரைக் கொடுத்துக் கொண்டிருந்தபோது நான் மட்டும் என்ன,

வாயில் விரலை வைத்துக்கொண்டா நிற்பேன்? 'இது என்ன கேள்வி? நான் போர் முனைக்குப் போய்ச் சேர்ந்தாக வேண்டும். வேறு வழி ஏது?' என்று அவரிடம் சொன்னேன். 'அப்படியானால் உடனே புறப்படு. காற்றாய்ப் பறந்து போகணும். தெரிகிறதா?' என்றார் அவர்.

"என்னமாகப் பறந்தேன் தெரியுமா அன்றைக்கு? என் வாழ்வில் அதற்கு முன்னால் ஒருபோதும் லாரியை அப்படி ஓட்டியதில்லை! லாரியில் ஏற்றியிருப்பது உருளைக்கிழங்குகள் அல்ல என்பது எனக்குத் தெரியாமலில்லை. வண்டியிலிருக்கும் பண்டம் பற்றி மிக எச்சரிக்கையாக இருக்க வேண்டும் என்பதும் எனக்குத் தெரியும். ஆனால் அங்கே நம் ஆட்கள் கையில் ஒன்றும் இல்லாமல் சண்டை போட்டுக் கொண்டிருக்கையில், சாலை முழுதும் பீரங்கிக் குண்டுகள் கண்தலை தெரியாமல் வெடித்த வண்ணமாயிருக்கையில் நான் எப்படிப் பைய ஓட்ட முடியும்? சுமார் ஆறு கிலோ மீட்டர் போய்விட்டேன். சேர வேண்டிய இடத்தை மிக நெருங்கிவிட்டேன். பீரங்கிப் படை வைக்கப்பட்டிருந்த கிடங்கு போய்ச் சேர அந்தச் சாலையை விட்டு ஒரு திருப்பம்தான் தேவை; திரும்பியிருப்பேன். ஆனால் அங்கே நான் பார்த்த காட்சி எனக்கு விழி பிதுங்கிவிடும் போலாகிவிட் டது. என்ன கண்டேன் தெரியுமா? எங்கள் காலாட் படையினர் வயலைக் கடந்து சாலையின் இரண்டு பக்கத்திலும் பின்வாங்கி ஓடி வந்து கொண்டிருந்தார்கள். அவர்களைச் சுற்றி எங்கும் பகைவருடைய குண்டுகள் வெடித்த மயமாகவே இருந்தன. நான் என்ன செய்வது? திரும்பிப் போகவோ முடியாது. இல்லையா? ஆகவே லாரியை முழுவேகத்தோடு செலுத்தினேன். பீரங்கிப் படையை நெருங்க இன்னும் ஒரு கிலோமீட்டர் தான் போக வேண்டும். இதற்கு முன்னரே சாலையை விட்டு வயலைப் பார்க்கத் பார்க்கத் திரும்பிவிட்டேன். ஆனால் பீரங்கிப் படையை நெருங்கவே இல்லை, அண்ணே.... லாரிக்கு அருகில் ஒரு குண்டு வந்து விழுந்தது. ஏதேனும் நெடுந்தூரப் பீரங்கி வீசிய கனமான குண்டு என் லாரிக்குப் பக்கத்தில் வெடித்திருக்க வேண்டும். அந்த வெடி முழக்கமோ அன்றி வேறு எதுவுமோ என் செவியில் விழவேயில்லை. ஏதோ ஒன்று என் தலையின் உட்புறத்தில்

வெடித்தது. அவ்வளவுதான். அதற்குமேல் எனக்கு ஒன்றும் நினைவு இல்லை. நான் எப்படி உயிருடன் இருந்தேன், அந்தக் கிடங்கிற்குப் பக்கத்தில் எவ்வளவு நேரம் கிடந்தேன் ஒன்றும் அறியேன். அதைப் பற்றிய நினைவே எனக்கு இல்லை.

"கண்களைத் திறந்தேன். ஆனால் எழுந்திருக்க முடியவில்லை; எனது தலை வெடவெடவென்று குலுங்கிக்கொண்டே இருந்தது; காய்ச்சல் வந்தவன் போல நடுங்கிக்கொண்டே இருந்தேன்; எல்லாம் இருளடித்தது போல் தோன்றிற்று; என் இடது தோளை யாரோ பறண்டி அரைத்துக் கொண்டிருப்பது போல இருந்தது. மேலெல்லாம் ஒரே வலி. யாரோ கைகளில் அகப்பட்டதை எல்லாம் கொண்டு இரண்டு நாட்களாக இடைவிடாமல் என்னைச் சக்கை சாறாகப் பிழிந்தெடுத்தது. போல என் உடம்பு எங்கும் நொந்தது. குப்புறப் படுத்து நெடுநேரம் புழுத் துடிப்பது போலத் துடித்தேன். முடிவில் சமாளித்து எழுந்து நின்றேன். ஆனால் இன்னும் நான் எங்கிருந்தேன், இப்போது எனக்கு என்ன நேர்ந்துவிட்டது இவையொன்றுமே எனக்கு விளங்கவில்லை. எனது நினைவு ஒரேயடியாகத் தப்பிவிட்டது. ஆனால் கீழே படுக்க எனக்கு அச்சமாயிருந்தது. எங்கே மறுபடியும் எழுந்திருக்கவே முடியாமல் போய்விடுமோ என்று பயந்தேன். ஆகவே புயல் காற்றில் அசைந்தாடும் பாப்ளார் மரம் போல ஆடிக்கொண்டு நின்ற நிலையிலேயே நின்றேன்.

"நினைவு தெளிந்து சுற்று முற்றும் பார்த்த போது என் நெஞ்சை யாரோ குறடு கொண்டு நெருக்குவது போலிருந்தது. நான் கொணர்ந்த குண்டுகள் என்னைச் சுற்றி எங்கும் கிடந்தன. லாரியும் சற்று தூரத்தில் அக்குவேறு ஆணிவேறாகச் சிதைக்கப் பட்டுச் சக்கரங்கள் மேலே தெரிய மல்லாந்து கிடந்தது. சண்டை நிலவரம் என்ன என்கிறீர்களா? சண்டையோ, எனக்குப் பின்புறம் நடந்து கொண்டிருந்தது.... ஆம், எனக்குப் பின். புறமே தான்!

"வெளியே சொன்னால் வெட்கக்கேடு, இருந்தாலும் சொல்லுகிறேன்: நிலைமை எப்படியிருக்கிறது என்று புரிந்து கொண்டவுடன் என் கால்கள் அப்படியே துவண்டுவிட்டன.

வெட்டுண்ட மரம் போலத் தடாலென்று கீழே விழுந்தேன். எதிரிப் படைகளுக்குப் பின்னால் தன்னந்தனியாக அகப்பட்டுக் கொண்டோம் என்று புரிந்துகொண்டேன். அல்லது அப்பட்டமாகச் சொன்னால் நான் பாசிஸ்டுகளின் கைதியாகிவிட்டேன். யுத்தத்திலே இதெல்லாம் நடப்பதுதானே.

"இல்லை. இதைப் புரிந்துகொள்வது எளிதல்ல அண்ணே. நமது விருப்பமில்லாமலே நாம் கைதியாகிவிட்டோம் என்பதை எளிதில் புரிந்துகொள்ள முடியாது. தானே பட்டு அறியாதவனுக்கு இந்த நிலையில் நம் மனம் பட்ட பாட்டை விளக்கிக் கூறவும் முடியாது.

"ஆகவே அங்கேயே கிடந்தேன். விரைவில் டாங்கிகள் கடகடவென்று அதிர்வது என் செவியில் விழுந்தது. நடுத்தரமான நான்கு ஜெர்மன் டாங்கிகள் அதிவேகமாக என்னைக் கடந்து, நான் குண்டுகளைக் கொண்டு வந்த பக்கம் நோக்கிச் சென்றன. ஐயோ, அப்போது நான் எப்படித் துடியாய்த் துடித்தேன் தெரியுமா? பிறகு பீரங்கிகளை இழுத்துக்கொண்டு டிராக்டர்கள் வந்தன; சமையல் வண்டி வந்தது; பின்னே காலாட்படை வந்தது. அதில் ரொம்பப் பேரில்லை, முழுக்க முழுக்க ஒரு கம்பெனிக்கு மேல் இராது. தலையை நிமிர்த்தி ஓரக்கண்ணால் அவர்களைப் பார்ப்பதும் பிறகு மீண்டும் தரையில் முகத்தைப் புதைத்துக் கொள்வதுமாக இருந்தேன்; அவர்களைப் பார்ப்பதற்கே எனக்கு அருவருப்பாயிருந்தது. நெஞ்செல்லாம் பற்றி எரிந்தது.

"அவர்கள் எல்லாரும் என்னைக் கடந்து சென்று விட்டார்கள் என்று தோன்றியதும் தலையை நிமிர்த்தினேன். எனக்கு அப்பால் நூறு மீட்டர் தொலைவில் ஆறு இயந்திரத் துப்பாக்கி வீரர் விரைப்பாக நடந்து வந்து கொண்டிருந்தார்கள். நான் பார்த்ததும் ஆறு பேரும் சாலையை விட்டுத் திரும்பி ஒரு பேச்சுப் பேசாமல் நேரே என்னை நோக்கி வந்தார்கள். 'ஆயிற்று, முடிவு காலம் வந்து விட்டது' என்று எண்ணினேன். ஆகவே எழுந்து உட்கார்ந்து கொண்டேன் கிடந்த கிடையில் இறக்க நான் விரும்பவில்லை- பிறகு எழுந்து நின்றேன். அவர்களில் ஒருவன் என் இடத்திலிருந்து

அப்பால் சில தாவடிகள் பின்னே சென்றான். தோளை விட்டுத் துப்பாக்கியைச் சடக்கென்று எடுத்தான். மனிதனுடைய மனம் இருக்கிறதே, இது ரொம்ப விசித்திரமானது. அந்தக் கணத்தில் நான் கொஞ்சங்கூடக் கலவரம் அடையவில்லை. என் நெஞ்சில் பெயருக்குக் கூட நடுக்கம் தோன்ற வில்லை. அசையாமல் அவனை உறுத்துப் பார்த்த படியே, 'படாரென்று ஒரு சிறு வெடி, அத்தோடு பாடு எல்லாம் தீர்ந்துவிடும். எங்கே குறிவைப் பானோ? தலையிலா அல்லது மார்பிலா?' என் எண்ணமிட்டேன். உடம்பின் எந்தப் பகுதியில் அவன் குண்டு பாய்ந்தால் எனக்கென்ன? அது ஏதோ பிரமாத விஷயம் போல இப்படிச் சிந்தித்தேன்.

"அவன் ஓர் இளைஞன். நல்ல கட்டமைந்த மேனி; கறுப்புத் தலைமயிர். ஆனால் உதடுகள் மட்டும் நூலிழை போன்று மெல்லியவை. அவனது கண்களில் குரூரமான ஒளி பளிச்சிட்டது. 'இந்த ஆள் என்னைச் சுட்டுத் தள்ளுவதற்குத் துளிக் கூடத் தயங்கமாட்டான்' என்று எண்ணினேன். நான் எண்ணிய படியே அவன் துப்பாக்கியைத் தூக்கிப் பிடித்தான். அவனது கண்களை நேரே உறுத்துப் பார்த்தேன். ஒன்றுமே ஒன்றுமே பேசவில்லை. ஆனால் அவனைவிட வயதானவனான இன்னொருவன், கார்ப்போரலோ யாரோ யாரோ ஒரு அதிகாரி, ஏதோ இரைந்து சொன்னான். பிறகு வாலிபனை ஒரு புறம் தள்ளிவிட்டு என்னிடம் வந்தான். தன்னுடைய சொந்த மொழியில் ஏதோ உளறிக் கொண்டே எனது முழங்கையை மடக்கினான். எனது தசைநார்களைத் தடவி யழுத்திப் பார்த்துக்கொண்டான். அதைப் பார்த்ததுமே 'ஓ-ஓ-ஓ" என்று கூவி, சூரியன் மறைந்துகொண்டிருந்த பக்கமாகச் சாலை நெடுகச் சுட்டிக் காட்டினான். 'அந்தப் புறமாகப் போடா, தடிமாடு, எங்கள் நாட்டுக்காக உழையடா' என்று சொல்வது போன்றிருந்தது அவன் குறிப்பு. படுசெட்டுப் பேர்வழி அந்த வேசை மகன்!

"ஆனால் அந்தக் கறுப்புத் தலையன் இருந்தானே, அவன் எனது பூட்ஸுகளின்மேல் கண் போட்டு விட்டான். அவை உறுதியான நல்ல ஜோடியாகத் தோன்றின. ஆகையால் 'அவற்றைக் கழற்று' என்று கைகளால் சைகை செய்தான். தரையில் உட்கார்ந்து பூட்ஸுகளைக் கழற்றி அவனிடம் நீட்டினேன். அந்தப்பயல் என்

கைகளிலிருந்து வெடுக்கென்று பிடுங்கிக்கொண்டான். அப்புறம் என்ன செய்தேன் தெரியுமா? எனது பாதத்தில் சுற்றியிருந்த பட்டைத் துணிகளையும் பிரித்தெடுத்து அவனை நிமிர்ந்து பார்த்தவாறே, அவனிடம் நீட்டினேன். ஐயாவுக்கு ரோசம் பொத்துக்கொண்டு வந்துவிட்டது போலிருக்கிறது. கூப்பாடு போட்டுத் திட்டி நொறுக்கினான். மீண்டும் துப்பாக்கியை உயர்த்தினான், சுட்டுவிடுவான் போல. மற்றவர்கள் எல்லாம் விழுந்து விழுந்து சிரித்தார்கள். அப்படியே அவர்கள் அப்பால் சென்று விட்டார்கள். கறுப்புத் தலையன் மட்டும் சாலையடைவதற்குள் திரும்பித் திரும்பி மூன்று முறை என்னை உருட்டி விழித்தான். கோபத்தினால் அவன் கண்கள் ஓநாய்க் குட்டியின் கண்களைப் போலப் பொறி பறந்தன. யாராவது பார்த்தால் ஏதோ நான் தான் அவனுடைய பூட்ஸுகளைப் பறித்துக்கொண்டதாக எண்ணுவார்கள். அப்படியிருந்தது அவன் பார்வை.

“நல்லது, அண்ணே, வேறு வழியோ இல்லை. என்ன செய்வது? சாலைக்குச் சென்றேன். வரோனெஷ் பக்கத்தில் வழங்குகிற நீளநீளமான, காரசாரமான வசவுகளைப் பொழிந்து தள்ளினேன். பிறகு மேற்குப் புறம் நோக்கி நடை போட்டேன்-ஆம், கைதியாகத் தான்! ஆனால் அந் நேரத்தில் நன்றாக நடக்க எனக்கு வலுவில்லை. மணிக்கு ஒரு கிலோமீட்டர்தான் என்னால் நடக்க முடிந்தது. அதற்குமேல் முடியவில்லை. குடித்து மயங்குபவன் போலத் தள்ளாடினேன். நேரே போவதற்கு முயல்வேன். ஆனால் ஏதோ ஒன்று சாலையின் ஒரு பக்கத்திலிருந்து மற்றப் புறத்திற்கு என்னை அப்படியே தள்ளிவிடும். சற்றுத் தொலைவு சென்றேன். பிறகு யுத்தக் கைதிகளின் அணி வரிசை ஒன்று என்னுடன் சேர்ந்துகொண்டது. எல்லாக் கைதிகளும் எனது டிவிஷனைச் சேர்ந்தவர்கள் தாம். பத்து ஜெர்மானிய இயந்திரத் துப்பாக்கி வீரர் அவர்களுக்குக் காவலாக வந்தார்கள். அவ்வரிசையின் முன்னே சென்ற ஒரு வீரன் என் பக்கம் வந்து, ஒன்றும் பேசாமல் சட்டென்று தன் துப்பாக்கிக் கட்டையால் என் தலையில் மடாரென்று அடித்தான். நான் கீழே விழுந்திருப்பேனே யானால், ஒரு வெடியிலே தீர்த்து என்னை அங்கேயே கிடத்திவிட்டுப் போயிருப்பான்.

ஆனால் நான் சாய்ந்ததுமே நமது தோழர்கள் என்னை விழாதபடி தாங்கிப் பிடித்து, வரிசைக்கு நடுவில் திணித்து வைத்துக் கொண்டார்கள். கொஞ்சநேரம் வரைக்கும் என்னைப் பாதி தூக்கிக் கொண்டே நடந்தனர். எனக்கு நினைவு தெளிந்ததும் ஒருவன் என் காதோடு 'அட அப்பனே, எப்பாடுபட்டாவது கீழே விழாமல் சமாளித்துக் கொள். உடம்பிலே கொஞ்ச நஞ்சம் வலு இருக்கும் வரை நடந்துகொண்டே இரு; இல்லை யென்றால் அவர்கள் உன்னைக் கொன்று தீர்த்து விடுவார்கள்' என்றான். என் உடம்பிலோ கொஞ்சங்கூட வலுவில்லை. இருந்தாலும் எப்படியோ சமாளித்துப் போய்க் கொண்டிருந்தேன்.

"சூரியன் மறைந்ததோ இல்லையோ, ஜெர்மானியர் காவலை வலுப்படுத்தினார்கள். இன்னொரு இருபது இயந்திரத் துப்பாக்கிக்காரரை ஒரு லாரியில் கொணர்ந்தார்கள். முன்னிலும் விரைவாக நடைபோடும்படி எங்களை விரட்டினர். படுகாயம் பட்டவர்களால் மற்றவர்களைப் போல் வேகமாக நடக்க முடியவில்லை. ஜெர்மன்காரர்கள் அவர்களைச் சாலையிலேயே சுட்டு வீழ்த்தினார்கள். இரண்டு பேர் இடையில் தப்பியோட முயன்றார்கள், ஆனால் வெட்ட வெளியில் நிலவு வீசும் இரவில் ஒரு மைலுக்கு அப்பாலிருப்பவனைக்கூட நன்றாகப் பார்க்க முடியும் என்பதை அவர்கள் மறந்து விட்டார்கள். அப்புறம் கேட்பானேன்? அவர்களும் குண்டுகளுக்கு இரையாகிவிட்டார்கள். நள்ளிரவில் ஒரு சிற்றூரை யடைந்தோம். அது பாதி எரிந்து வீழ்ந்திருந்தது. கோபுரம் தகர்ந்த ஒரு மாதாக் கோவிலுக்குள் எங்களை விரட்டி யடைத்தார்கள். வைக்கோல் ஒரு துரும்புகூடப் பரப்பாத வெறுங் கல் தரையிலேயே இரவைக் கழித்தோம். ஒருவரிடமும் மேல் கோட்டு இல்லை; நாங்கள் எல்லோரும் உள் கோட்டுகள் மட்டுமே போட்டிருந்தோம். ஆகவே கீழே விரித்துப் படுக்க ஒன்றும் இல்லை. சிலரிடம் அந்த உடைகள் தானும் இல்லை; வெறும் காலிகோ உட்சட்டைகள் மட்டுமே போட்டிருந்தார்கள். அவர்கள் பெரும் பாலும் ஜூனியர் ஆபீஸர்கள். சாதாரண வீரர்களுக்கும் தங்களுக்கும் வேறுபாடு தெரியக்கூடா தென்பதற்காக அவர்கள் கோட்டுகளைக் கழற்றி யெறிந்துவிட்டார்கள். பீரங்கிப் படை

வீரர்களிடமும் கோட்டில்லை. அவர்கள் அரையும் குறையுமாக உடை அணிந்து பீரங்கி சுடும் வேலையில் ஈடுபட்டிருந்த போது கைதியாக்கப்பட்டார்கள்.

“அன்றிரவு மழை கொட்டு கொட்டென்று கொட்டியது. நாங்களெல்லாம் ஒரே தொப்பலாக நனைந்து போனோம். கூரையின் ஒரு பகுதி பெரிய பீரங்கி வெடியாலோ குண்டாலோ தகர்க்கப்பட்டிருந்தது; எஞ்சிய பகுதி சிதறு குண்டினால் சிதைக்கப் பட்டிருந்தது. பலிபீடத்தில் கூட நனையாத இடம் துளிக்கூட இல்லை. இந்த விதமாக இரவு முழுதும் இருண்ட கிடையில் செம்மறிகள் போல அந்த மாதாக் கோவிலில் கழித்தோம். நள்ளிரவில் யாரோ என் கையைத் தொட்டு, ‘காயம் பட்டிருக்கிறதா உனக்கு, தோழா?’ என்று கேட்டான். ‘எதற்காகக் கேட்கிறாய், தோழா?’ என்றேன். ‘நான் மருத்துவன். ஏதாவது ஒருவகையில் ஒருவேளை நான் உனக்கு உதவக் கூடும்’ என்றான். ‘என் இடது தோள் கிரீச் கிரீச் சென்கிறது; வீங்கி மிகக் கொடிய நோவு தருகிறது’ என்று அவனிடம் சொன்னேன். ‘மேல்சட்டையையும் உள்ளங்கியையும் கழற்று’ என்று கண்டிப்பாகச் சொன்னான். எல்லாவற்றையும் கழற்றினேன். மெல்லிய விரல்களால் எனது தோளைத் தடவிப் பார்க்கத் தொடங்கினான். எனக்கா, வலியான வலியில்லை. பல்லை நெறு நெறென்று கடித்து, ‘ஏய், நீ டாக்டரில்லை. கால்நடை மருத்துவனாக இருக்க வேண்டும். கடுமையாக வலிக்கிற இடத்தையே போட்டு அழுத்துகிறாயே, ஏன்? இரக்கமில்லாப் பாவி!’ என்று கடுகடுப்போடு சொன்னேன். ஆனால் அவன் நெருடிப் பார்த்துக்கொண்டே கோபத்தோடு, ‘இதோ பார், வாய் மூடியிருப்பது தான் உன் வேலை. என்னிடம் இப்படியா பேசுவது? கொஞ்சம் பொறு. ஒரு நிமிஷத்தில் இன்னும் கடுமையாக வலிக்கும்’ என்றான். பிறகு என் கையை ஒரு சுண்டு சுண்டி இழுத்தான் பாரும், என் கண்களிலிருந்து தீப்பொறிகள் பறந்தன.

“எனக்கு நினைவு வந்தவுடன் ‘என்னடா செய்கிறாய்? பாசிஸ்ட் வேசை மகனே! என் கை யானால் கணுக்கணுவாய்த் தெறித்துப் போயிருக்கிறது, நீ என்னடா என்றால் அப்படிச் சுண்டி இழுக்கிறாயே’ என்று சீறினேன். அவன்களுக்கென்று தன்னுள்

சிரித்துக்கொண்டது எனக்குக் கேட்டது. பிறகு அவன் 'நான் இடது கையைச் சரிபார்க்கும்போது நீ வலக்கையால் என்னை அறைவாய் என்றெண்ணினேன். ஆனால் நீ நல்ல சாது போலிருக்கிறது! சும்மா விட்டுவிட்டாய். உனது கை முறியவில்லை. பூட்டுக் கழன்றிருந்தது, அவ்வளவுதான். திரும்பவும் அதைப் பொருத்தி விட்டேன். நல்லது. வலி குறைந்திருக்கிறதா?' என்றான். மெய்யாகவே நோவு குறைந்து கொண்டிருப்பது எனக்குத் தெரிந்தது. அவனுக்கு மனமார நன்றி தெரிவித்தேன். அவன் 'யாராவது காயம்பட்டவர் உண்டா?' என மெல்லக் கேட்டுக் கொண்டே இருளில் அப்பால் போய்விட்டான். மருத்துவன் என்றால் இவனல்லவா உண்மையான கைதியாக அடைபட்டுக் கிடந்த மருத்துவன்! போதும் அந்த மையிருட்டிலும் அவன் தனது பெரிய பணியைச் செய்துகொண்டு போனான்.

"அது தொல்லை பிடித்த இரவு. ஜெர்மன்காரர்கள் எங்களை வெளிக்கு வாசலுக்குப் போவதற்குக்கூட விடாமல் அடைத்துப் போட்டிருந்தார்கள். எங்களை உள்ளே விரட்டிய போதே பெரிய காவற்காரன் இதைச் சொல்லியிருந்தான். அதிர்ஷ்டம் இப்படியா வந்து சேர வேண்டும்? எங்களிடையே இருந்த ஒரு கிருஸ்துவனுக்கு வெளிக்கு முடுக்கிக்கொண்டு வந்துவிட்டது. நீண்ட நேரமாக அடக்கிக்கொண்டே இருந்தான். கடைசியில் கண்ணீர் விட்டு அழுதுகொண்டு, 'இந்தப் புனிதமான இடத்தை நான் அசிங்கப்படுத்தக் கூடாதே. நான் நான் கடவுள் நம்பிக்கையுள்ளவன். கிருஸ்துவன். நான் என்ன செய்வேன், நண்பர்களே?' என்றான். எங்களுடைய எங்களுடைய போக்குத்தான் தெரிந்தே இருக்கிறதே! சிலர் சிரித்தார்கள், சிலர் வைதார்கள். சிலர் அவனுக்குப் பல வகை யான அறிவுரைகளை யெல்லாம் சொல்லிக் கிண்டி விட்டார்கள். பாவம், அவனுடைய அவனுடைய திண்டாட்டம் எங்களுக்கெல்லாம் கொண்டாட்டமாகப் போய்விட்டது. ஆனால் இது விபரீதமான முடிவில் கொண்டு விட்டது. அவன் கதவை இடித்துத் தன்னை வெளியில் விடும்படி கேட்டான். பதில் என்ன கிடைத்தது, தெரியுமோ? ஒரு பாசிஸ்ட் தனது இயந்திரத் துப்பாக்கியால் கதவிடுக்கு வழியாக சடசடவென்று குண்டுகளைப் பொழிந்து தள்ளினான். கிருஸ்துவனும் இன்னும் மூவரும் அப்போதே உயிரை

இழந்தார்கள். கடுமையாகக் காயமடைந்த இன்னொருவன் மறு நாள் காலையில் இறந்தான்.

"இறந்தவர்களை ஒரு மூலையில் இழுத்துப்போட்டோம். பிறகு மூச்சுக் காட்டாமல் உட்கார்ந்து, தொடக்கத்திலேயே இப்படி அவலம் நேர்ந்ததே என்று எங்களுக்குள்ளாகவே எண்ணினோம். கொஞ்ச நேரத்திற்கெல்லாம் கசமுசவென்று ஒரு வருக்கொருவர், பேசிக்கொள்ளத் தொடங்கினோம். எங்கிருந்து வந்தோம், எவ்வாறு சிறைப்பட்டோம் என்றெல்லாம் ஒருவருக்கொருவர் விசாரிக்கத் தொடங்கினோம். ஒரே பிளாட்டூன் அல்லது ஒரே கம்பெனியைச் சேர்ந்தவர்கள் இருட்டில் ஒருவரை யொருவர் அழைத்துப் பேசத் தொடங்கினார்கள். எனக்கு அடுத்து இரண்டு பேர் பேசிக் கொண்டிருந்தது என் காதில் விழுந்தது. 'ஜெர்மன்காரர் நாளை நம்மை மேலே நடத்திச் செல்வதற்குமுன் வரிசையாக நிறுத்தி நம்மிடையுள்ள கமிஸார்கள், கம்யூனிஸ்டுகள், யூதர்கள் யார் யார் என்று கேட்டால் நீ பதுங்கி ஒளியப் பார்க்காதே, பிளாட்டூன் கமாண்டர். நாளை உன் பாச்சா பலிக்காது. கோட்டைக் கழற்றிவிட்டதால் உன்னையும் சாதாரணப் படைவீரனாக நினைப்பார்கள் என்று எண்ணிக் கொண்டிருக்கிறாய். அந்தப் பருப்பெல்லாம் வேகாது, ஐயா! உனக்காக நான் ஒன்றும் சங்கடத்தில் மாட்டிக்கொள்ளப் போவதில்லை. எல்லாருக்கும் முன்னால் நான் தான் உன்னைச் சுட்டிக் காட்டுவேன். நீ கம்யூனிஸ்ட் என்பதும் அந்தக் கட்சியில் என்னைச் சேர்க்க முயற்சி செய்தாய் என்பதும் எனக்குத் தெரியும். அதற்கெல்லாம் இப்போது உனக்குப் பலன் கிடைக்கப் போகிறது.' இதைச் சொன்ன ஆள் எனக்கு இடப்புறம் மிகமிக அருகில் உட்கார்ந்திருந்தான். அவனுக்கு அப்புறத்திருந்து ஓர் இளங்குரல் விடை தந்தது: 'நீ கீழ்த்தரமான ஆள் என்று எனக்கு எப்போதுமே தோன்றுவதுண்டு, கிரிஷ்னெவ். அதிலும் நீ எழுத்தறியாதவன் என்று சொல்லிக் கொண்டு கட்சியில் சேர மறுத்தாயே, அப்போது என் சந்தேகம் வலுத்தது. ஆனால் நீ இப்படி ஒரு துரோகியாகத் தலையெடுப்பாய் என்று நான் ஒரு போதும் எண்ணவில்லை. பதினான்கு வயது வரை பள்ளிக்கூடம் சென்றாய் இல்லையா?' மற்றவன் சோம்பிய குரலில்,

'ஆமாம். போனேன். அதனால் என்ன?' என்றான். நெடுநேரம் அவர்கள் மௌனமாயிருந்தார்கள். அந்த பிளாட்டூன் கமாண்டர்-குரலிலிருந்து நான் அவனை அடையாளம் கண்டுகொண்டேன்- 'என்னைக் காட்டிக் கொடாதே, தோழா கிரிஷ்னெவ்!' என்று மெதுவாகச் சொன்னான். மற்றவன் அமைதியாகச் சிரித்தான். 'தோழனாவது ஒன்றாவது? உன் தோழர்கள் போர்முனைக்கு அப் புறத்தில் இருக்கிறார்கள். நான் உன்னுடைய தோழன் இல்லை. ஆகவே என்னிடம் மன்றாடாதே. நீ என்ன கெஞ்சினாலும் சரி, சரி, நான் உன்னைக் காட்டிக் கொடுக்கத்தான் போகிறேன். என் உயிர் தான் எனக்குச் சர்க்கரை. அதைக் காப்பாற்றிக் கொள்வதில்தான் எனக்கு அக்கறை' என்றான்.

"அவர்கள் பேசுவதை நிறுத்தினார்கள். அத்தகைய மிகக் கீழ்த்தரமான இழிந்த செயலைப் பற்றி நினைத்தபோதே என் உடம்பெல்லாம் பட படத்தது. 'ஓகோ, அப்படியா எண்ணிக் கொண்டிருக்கிறாய்? இல்லை அப்பேன். கமாண்டரை நீ காட்டிக் கொடுக்கும்படி விடமாட்டேன், அடே பரத்தை மகனே! இந்த மாதாக் கோவிலை விட்டு வெளியில் நீயாக நடந்து போகமாட்டாய். மற்றவர்கள் தான் உன் கால்களைப் பிடித்துக் கரகர வென்று இழுத்து வெளியில் எறிவார்கள்!' என்று நான் நினைத்துக் கொண்டேன். பொழுது புலர்ந்து சற்று வெளிச்சம் தெரியத் தொடங்கிற்று. கொழுத்துப் பெருத்த முகங்கொண்ட ஒரு பயல் தலைக்குப் பின்புறம் கைகளை வைத்துக்கொண்டு மல்லாந்து படுத்திருந்ததைக் கண்டேன். அவனுக்குப் பக்கத்தில், சிறிய தட்டை மூக்குடைய ஓர் இளைஞன், உட்சட்டை மட்டும் அணிந்துகொண்டு கைகளால் முழங்கால்களைக் கட்டியவாறு உட்கார்ந்திருப்பதையும் பார்த்தேன். அவன் முகம் மிகவும் வெளுத்திருந்தது. அந்தக் குட்டிப் அந்தக் குட்டிப் பையனால் இந்தப் பெரிய கொழுத்த காயடித்த மிருகத்தை எதிர்த்து அடக்க முடியாது என்று எனக்குப் பட்டது. 'நானே இந்தப் பயலைத் தீர்த்துக் கட்ட வேண்டும்' என்று தீர்மானித்தேன்.

"நான் அந்த இளைஞன் கையைத் தொட்டு, அவன் காதோடு 'நீ பிளாட்டூன் கமாண்டரா?' என்று கேட்டேன். அவன் ஒன்றும்

பேசாமல் ஆமாம் என்று சும்மா தலையசைத்தான். நான் மல்லாந்து படுத்திருந்தவனைக் காட்டி, 'அதோ அந்த ஆள் உன்னைக் காட்டிக் கொடுக்கப் பார்க்கிறான் இல்லையா?' என்றேன். மீண்டும் அவன் தலையசைத்து ஆமாம் போட்டான். 'எல்லாம் சரி. அவன் உதைக்காதபடிக் கால்களைப் பிடித்துக் கொள்ளு எங்கே, சட்டென்று பிடித்துக்கொள் பார்ப்போம்! உம்' என்றேன். அந்தப் பயல்மேலே குதித்து அவன் தொண்டையை என் இரு கை விரல்களாலும் பூட்டுப் போட்டது போல இறுக அழுத்தி நெரித்தேன். கத்தக்கூட அவனுக்கு நேரம் கிடைக்கவில்லை. அந்த மாதிரிச் சில நிமிஷங்கள்வரை அவனைப் பிடித்து நெரித்துக் கொண்டிருந்தேன். பிறகு சற்றுத் தளர்த்தினேன். ஒரு துரோகி ஒழிந்தான். அவ்வளவுதான். அவன் நாக்கு வெளியே தொங்கிக் கொண்டிருந்தது!

"அதற்குப் பின்னர் எனக்குக் குமட்டிக்கொண்டு வந்தது. மனிதனை யல்ல, ஏதோ தரையில் நெளியும் பாம்பைக் கொன்று விட்டது போல அருவருப்பா யிருந்தது. கைகளைக் கழுவ விரும்பினேன்... என் வாழ்வில் ஒருவனை நான் கொன்றது இதுதான் முதல் தடவை. நம்மவனாவது ஒன்றாவது? அவன் நம்மைச் சேர்ந்தவனே அல்ல. பகைவனைவிட மிகக் கெட்டவன். அவன் ஒரு துரோகி. நான் எழுந்து நின்று பிளாட்டூன் கமாண்டரிடம் 'வா, நாம் இங்கிருந்து அப்பால் போய் விடுவோம், தோழா! மாதாக் கோவில்தான் பெரிய இடமாயிற்றே!' என்றேன்.

"அந்த கிரிஷ்னெவ் சொல்லியது போன்றே நடந்தது. காலையில் மாதாக் கோவிலுக்கு வெளிப் புறத்தில் எங்களை வரிசையாக நிறுத்தி வைத்தார்கள். இயந்திரத் துப்பாக்கி வீரர்கள் எங்களைச் சுற்றி வளைத்து நின்று கொண்டார்கள். 'எஸ். எஸ்' படையினர் மூன்று பேர் எங்களில் அபாயகரமானவர்கள் என்று தோன்றியவர்களை யெல்லாம் பொறுக்கி யெடுக்கத் தொடங்கினார்கள். கம்யூனிஸ்டுகள் யார், அதிகாரிகள் யார், கமிஸார்கள் யார் என்று கேட்டார்கள். ஆனால் எவரையும் அவர்கள் கண்டுபிடிக்கவில்லை. அல்லது அத்தகையவர்களைக் காட்டிக் கொடுக்கும் அளவு பன்றித்தனம் உடைய எவனையும்

அவர்கள் காணவில்லை. ஏனென்றால் எங்களிடையே பாதிப்பேர் கம்யூனிஸ்டுகள்; நிறைய ஆபீசர்களும், கமிஸார்களுங்கூட இருந்தனர். இருநூறுக்கும் மேற்பட்ட எங்களில் நாலே நாலு பேரை மட்டும் அவர்களாகப் பொறுக்கி எடுத்தனர். ஒருவர் யூதர். மற்ற மூன்று ருஷ்யரும்சாதாரணப் போர்வீரர்கள். பழுப்பு நிறமும் சுருண்ட தலைமயிரும் இருந்ததால் பாவம், ருஷ்யர்களுக்கும் பிடித்தது சனி. 'எஸ் எஸ்' படையினர் அவர்களில் ஒருவனிடம் வந்து, 'யூதனா' என்று கேட்பார்கள். அந்த ஆள், தான் ருஷ்யன் என்று சொல்லுவான். ஆனால் அவர்கள் காதிலேகூடப் போட்டுக்கொள்ள மாட்டார்கள். 'வெளியே வா!' என்பார்கள். அதற்குமேல் அப்பீலே கிடையாது.

"பாவம் அந்த அப்பாவிகளைச் சுட்டுக் கொன்று விட்டு, அவர்கள் எங்களை மேலே ஓட்டிச் சென்றார்கள். அந்தத் துரோகியின் கழுத்தை நெரித்துக் கொல்ல எனக்கு உதவிய பிளாட்டூன் கமாண்டர் போஸ்னான் வரையில் எனக்குப் பக்கத்திலேயே வந்தான். முதல் நாளில் அடிக்கொருமுறை என்னிடம் நெருங்கி வந்து நடந்துகொண்டே என் கையைப் பிடித்து அன்பாய் அமுத்துவான். போஸ்னானில் நாங்கள் பிரிக்கப்பட்டோம். அது நேர்ந்தது எப்படி என்று கேளுங்கள்.

"இதோ பாருங்கள், அண்ணே! நான் பிடிபட்ட நாளிலிருந்தே எப்படித் தப்புவது என்றே எண்ணிக் கொண்டிருந்தேன். ஆனால் பலிக்கக் கூடிய திட்டமாகப் போட வேண்டும் என்பது எனக்கு. போஸ்னானுக்குச் சென்ற வழி முழுதும் தப்புவதற்கு ஏற்ற ஏற்ற வாய்ப்பு ஒருபோதும் கிடைக்கவில்லை. போஸ்னானில் தான் எங்களை ஒழுங்கான கைதிகள் முகாமில் வைத்தார்கள். அங்கே நான் விரும்பிய வாய்ப்புக் கிட்டிவிட்டது போலத் தோன்றியது. மே மாத முடிவில், இறந்து போன கைதிகளுக்குச் சவக்குழி தோண்டுவதற்காக ஒரு சின்ன காட்டிற்கு எங்களை அனுப்பினார்கள். அது முகாமுக்கு அருகில் இருந்தது. அந்த நேரத்தில் வயிற்றுக் கடுப்பினால் எங்களில் நிறையப் பேர் இறந்தார்கள். களிமண்ணில் குழி தோண்டிக் கொண்டிருந்தபோதே சுற்றிலும் ஒரு நோட்டம் விட்டேன். எங்களது காவற்காரரில் இரண்டு பேர் ஏதோ

தின்பதற்காக உட்கார்ந்திருந்தார்கள். மூன்றாமவன் வெயிலில் சோம்பித் தூங்கிக் கொண்டிருந்தான். நான் மண்வெட்டியைக் கீழே வைத்து விட்டுச் சந்தடியில்லாமல் ஒரு புதருக்குப்பின்னே போய் ஒளிந்துகொண்டேன். அதன் பிறகு பெற் றோம் பிழைத்தோமென்று ஒரே ஒரே ஓட்டமாகக் கிழக்கு நோக்கி விட்டேன் சவாரி.

"அந்தக் காவற்காரர்கள் மிகச் சுருக்க என்னைக் கவனித்திருக்க மாட்டார்கள். எலும்புந் தோலுமாயிருந்த என் உடம்பில் ஒரே நாளில் கிட்டத்தட்ட நாற்பது கிலோமீட்டர் கடந்து எங்கிருந்துதான் வந்ததோ, போகும் வலிமை எனக்கே தெரியவில்லை. ஆனால் அப்படி ஓடியும் ஒன்றும் பயன் இல்லை. நான்காம் நாள் அந்தப் பாழாய்ப் போன முகாமிலிருந்து நெடுந்தொலைவு அப்பால் இருந்தபோது அவர்கள் என்னைப் பிடித்து விட்டார்கள். என் தடத்தைப் பின்பற்றி வேட்டை நாய்கள் அனுப்பப்பட்டிருந்தன. கதிரறுக்கப்படாத ஓட்ஸ் வயலில் அவை என்னைக் கண் கொண்டன.

"பலபலவென்று விடியும் தறுவாயில் நான் வெட்ட வெளியான வயலை யடைந்தேன். பகல் வெளிச்சத்தில் அதைக் கடந்து செல்ல எனக்கு அச்சமாக இருந்தது. அங்கிருந்து காட்டுக்குக் குறைந்தது மூன்று கிலோமீட்டர்களாவது இருக் கும். ஆகவே பகற்பொழுதில் அந்த ஓட்ஸ்களிடையே படுத்துப் பதுங்கிக் கிடந்தேன். கொஞ்சம் ஓட்ஸ் கதிர்களைக் கசக்கி, உதிர்ந்த தானிய மணிகளை வேண்டிய பொழுது தின்பதற்காகச் சட்டைப் பைகளில் நிறைத்துக் கொண்டிருந்தேன். அப்போதுதான் நாய்கள் குரைப்பதும் மோட்டார் சைக்கிள் படபடப்பதும் காதில் விழுந்தன. எனது நெஞ்சுத் துடிப்பு நின்றுவிட்டது ட்டது. ஏனென்றால் அந்த நாய்கள் என்னை நெருங்கி நெருங்கி வந்து கொண்டிருந்தன. நெடுஞ் சாண கிடையாகப் படுத்துக் கைகளால் தலையை மூடிக்கொண்டேன்; நாய்கள் என முகத்தைக் கடியாதிருக்க வேண்டுமே என்பதற்காக ஆயிற்றா? அவை என் கிட்டே வந்தன. என் மேலிருந்த கந்தைகளைக் கிழித்து நீக்க அவைகளுக்கு ஒரே நிமிஷந்தான் பிடித்தது. என் மேல் ஒன்றுமே இல்லை. நான் பிறந்த மேனியுடன் இருந்தேன். ஓட்ஸ் பயிரிடையே அவை என்னை இங்குமங்கும்

இழுத்தடித்தன; விரும்பியபடியெல்லாம் என்னை அலங்கோலம் செய்தன; முடிவில் ஒரு பெரிய நாய் தனது முன்னங்கால்களை என் மார்பின்மேல் வைத்து எனது தொண்டையைக் கடிக்கப் பார்த்தது. ஆனால் உடனே கடித்திடவில்லை.

“இரண்டு ஜெர்மானியர் மோட்டார் சைக்கிள்களில் வந்து சேர்ந்தார்கள். அவர்கள் முதலில் என்னை நொறுங்கப் புடைத்தார்கள். பிறகு நாய்களை ஏவிவிட்டார்கள். அவை என் உடம்பைக் குதறி யெறிந்து விட்டன. சதை துண்டு துண்டாகப் பிய்ந்து விழுந்தது. முண்டக் கட்டையாக, ரத்த மயமான உடம்புடன் என்னை முகாமுக்குத் திரும் பவும் இட்டுச் சென்றனர். தப்பியோட முயன்றதற்காக ஒரு மாதம் தனிக் கொட்டடியில் அடைத்து வைக்கப்பட்டேன். இவ்வளவுக்குப் பிறகும் உயிருடன் தான் இருந்தேன்.... எப்படி யோ என் உடலில் உயிர் தங்கியிருந்தது!

“கைதியாகி நான் பட்ட அவஸ்தைசளையெல்லாம் உமக்குச் சொல்லுவது கிடக்கட்டும், நினைத்தாலே உள்ளமெல்லாம் பதறுகிறது. அங்கே ஜெர்மனியில் நாங்கள் அனுபவிக்க வேண்டியிருந்த மிருகத்தனமான சித்திரவதைகளை எண்ணிப் பார்த்தால், அந்த முகாம்களில் சித்திரவதைப் படுத்திக் கொல்லப்பட்ட எனது எல்லாத் தோழரையும் நினைத்துக் கொண்டால், நெஞ்சு வீங்கித் தொண்டைக் குழி வரையும் வந்து அடிக்கிறது; மூச்சுத் திணறுகிறது.

“அந்த இரண்டு ஆண்டுகளிலும் மாட்டை விரட்டுவது போன்று இங்குமங்கும் அவர்கள் என்னை இழுத்தடித்ததுண்டே- அடேயப்பா! ஒரு முகாமிலிருந்து இன்னொரு முகாமுக்கு அவர்கள் விரட்டிய விரட்டில் நான் ஜெர்மனியில் ஒரு பாதி அலைந்து தீர்த்திருப்பேன் என்று நினைக்கிறேன். சாக்ஸனியில் சிலிகேட் தொழிற்சாலையில் வேலை செய்தேன்; ரூர் பிரதேசத்தில் ஒரு சுரங்கத்தில் நிலக்கரி தோண்டினேன்; பவேரியாவில் மண் வெட்டுவதில் நெற்றி வேர்வை நிலத்தில் விழ உழைத்தேன். தியுரிங்கியாவில் கொஞ்ச நாள் வேலை செய்தேன். என் கால் படாத நிலம் ஜெர்மனியில் ஏதாவது எஞ்சியிருந்ததா என்பது சைத்தானுக்கே வெளிச்சம். அங்கே விதம்விதமான இயற்கைக் காட்சிகள் ஏராளம்.

ஆனால் நமது வீரர்களை அவர்கள் சுட்டுக் கொன்றதும் அறைந்து புடைத்ததும் எங்கும் ஒரே மாதிரியாகத்தான் இருந்தது. அந்த நாசமாய்ப் போன விஷப் பாம்புகள், அந்தப் புல்லுருவிகள் அங்கே எங்களை அடித்துக் கொன்றதுண்டே, நம் நாட்டில் மிருகங்களைக் கூட அந்த மாதிரி எவனும் ஒருபோதும் அடித்திருக்க மாட்டான். எங்களைக் குத்துவார்கள், உதைப்பார்கள்; ரப்பர் குறுந்தடியோ, அவர்கள் கைக்கு அகப்பட்ட ஏதாவது இரும்புக் கட்டியோ, எது கிடைத்ததோ அதால் எங்களை நொறுக்குவார்கள். துப்பாக்கிக் கட்டைகளாலும் தடிகளாலும் அடிப்பதையோ, சொல்லவே தேவையில்லை. கணக்கா வழக்கா நாங்கள் பட்டகுத்தும் அடியும்!

“அவர்கள் எதற்காக அடித்தார்கள் என்று கேட்கிறீரா? நான் ருஷ்யன் என்பதற்காக, இன்னும் உயிரோடு உலகில் இருந்தேன் என்பதற்காக; அவர்கள் பொருட்டு உழைத்தேன் அல்லவா? அதற்காக. எடுத்ததற் கெல்லாம் உதையும் குத்தும். ஏறுமாறாகப் பார்த்தால் அடி; தவறுதலாகக் காலடிவைத்தால் அடி; அவர்கள் விரும்பின மாதிரித் திரும்பாவிட்டால், அடி.. அடிக்கிற அடியில் என்றாவது ஒரு நாள் உயிரையே பறித்து விட வேண்டும் என்பதற்காக அடித்தார்கள்; எங்கள் ரத்தக் குழாய் வெடித்துப் புரையேறி, நாங்கள் அடிபட்டே சாகவேண்டும் என்பதற்காக அடித்தார்கள். எங்களை யெல்லாம் உயிரோடு உள்ளே தள்ளிப் பொசுக்குவதற்குப் போதுமான உலைகள் ஜெர்மனி முழுவதிலும் இல்லை போலிருக்கிறது. அதனால்தான் இப்படி அடித்து மிதித்து உயிரைக் கசக்கிப் பிழிந்தார்களோ என்னவோ.

“நாங்கள் எங்கே போனாலும் ஒரே மாதிரியான உணவே எங்களுக்குத் தந்தார்கள்: பாதி மரப்பொடியும் பாதி மாவுமாகக் கலந்து செய்த ‘எர்சாட்ஸ்’ என்ற செயற்கை ரொட்டி நூற்றைம்கது கிராம், இத்துடன் நீர் நிறைந்த டர்னிப் சூப்பு, அவ்வளவுதான். சில இடங்களில் குடிப்பதற்குச் சுடுநீர் தந்தார்கள், சில இடங்களில் அதுவும் கிடையாது. ஆனால் இதையெல்லாம் பற்றிப் பேசிப் பயன் என்ன? நீரே மதித்துக்கொள்ளுமே: போர் மூளுவதற்கு முன்பு நான் எண்பத்தாறு கிலோகிராம் இருந்தேன். இலையுதிர் காலம் வாக்கில் ஐம்பதுக்குமேல் எடை ஏறவில்லை. தோலும் எலும்பும்; அந்த

எலும்புகளைத் தாங்கிப் போகக்கூட வலிவில்லை. அவ்வளவுதான். ஆனாலும் உழைக்க வேண்டியிருந்தது; ஒரு சொல் மறுத்துப் பேசக் கூடாது. நாங்கள் செய்த வேலையோ, சுமை வண்டிக் குதிரைகூட இவ்வளவு வேலை செய்தால் சில நேரங்களில் படுத்துவிடும் என்று நினைக்கிறேன்.

“செப்டம்பர் தொடக்கத்தில் சோவியத் போர்க் கைதிகளாகிய எங்களில் நூற்று நாற்பத் திரண்டு பேரைக் குஸ்ட்ரினுக்கு அருகிருந்த முகாமிலிருந்து B-14 முகாமுக்கு அனுப்பினார்கள். அந்த முகாம் டிரெஸ்டனிலிருந்து வெகு தொலைவிலில்லை. அப்பொழுது ஏறக்குறைய ஈராயிரம் பேர் அந்த முகாமில் இருந்தோம். ஒரு கல் குழி யில் நாங்கள் எல்லாரும் வேலை செய்தோம். ஜெர்மானியக் கற்களைக் கையாலேயே உடைப்பதும் நொறுக்குவதும் எங்கள் வேலை. ஒருவன் நாளொன்றுக்கு நான்கு கன மீட்டர்கள் உடைக்க வேண்டும் என்று கணக்கு. எங்களுக்கானால் உடம்பில் உயிரை ஒட்டிவைத்துக் கொண்டிருப்பதே பெரும்

பாடாயிருந்தது. இந்த அழகில் இவ்வளவு வேலையைச் சுமத்தினால் எப்படியிருக்கும், நீரே எண்ணிப் பாரும். அப்புறம் உண்மையிலேயே இதன் விளைவு தொடங்கிற்று. இரண்டு மாதத்துக்குப் பின்பு எங்கள் குழுவிலிருந்த நூற்று நாற்பத்திரண்டு பேரில் ஐம்பத்தேழு பேர் மட்டுமே எஞ்சினோம். எப்படியிருக்கிறது கதை, அண்ணே? நாங்கள் என்ன பாடுபட்டிருப்போம், ஊம்? இங்கே யானால் எங்களுக்கு உடனோடொத்த தோழர்களைப் புதைப்பதற்கே நேரம் பற்றவில்லை; இதற்கிடையில் ஜெர்மன்காரர்கள் ஸ்டாலின்கிராடைப் பிடித்து விட்டதாகவும் சைபீரியாவுக்குள்ளே விரைவாய் முன்னேறுவதாகவும் ஒரு வதந்தி கிளம்பியது. துயரத்திற்குப்பின் துயரமாக வந்து எங்களைத் தலை நிமிர வொட்டாதபடி தரையோடு தரையாக அழுத்தி வைத்திருந்தன. என்னவோ, அங்கேயே, அந்த ஜெர்மன் மண்ணுக்குள்ளேயே எங்களைப் புதைத்து விடும்படி நாங்கள் கேட்டுக்கொண்டது போலே. முகாம் காவலாளிகளோ குடிப்பதும் இரைந்து பாடுவதுமாக வந்தது வருகிறதென்று ஒரே கொம்மாள மடித்துக் கொண்டிருந்தார்கள்.

“ஒரு நாள் மாலை வேலையிலிருந்து குடிசைக்குத் திரும்பி வந்தோம். நாள் முழுதும் பெய்த மழையில் எங்கள் கந்தைகள் சொட்டச் சொட்ட நனைந்து போயிருந்தன. குளிர் காற்றினால் நாங்கள் எல்லோரும் நடுங்கிக் கொண்டிருந்தோம். எங்கள் பற்கள் கடகடவென்று அடித்துக் கொள்வதை நிறுத்தவே முடியவில்லை. துணிகளையும் உடம்பையும் உலர்த்துவதற்கோ சற்றே குளிர் காய்வதற்கோ இடமே இல்லை..உயிரே போய்விடும் போலப் பசி வேறு; சாவதே மேல் என்று கூடத் தோன்றியது. ஆனால் அவர்கள் மாலை நேரங்களில் எங்களுக்கு ஒருபோதும் உணவே தருவதில்லை.

“கேட்டீரா? நான் எனது கந்தைகளைக் கழற்றி, எனது படுக்கைப் பலகைமேல் எறிந்துவிட்டு, ‘நாளொன்றுக்கு நான்கு கன மீட்டர் கல் உடைக்கச் சொல்கிறார்கள். ஆனால் நம்முள் ஒருவரைப் புதைக்க ஒரு கன மீட்டரே ஏராளமாயிற்றே’ என்று சொன்னேன். நான் சொன்னதெல்லாம் அவ்வளவுதான். ஆனால் நீர் நம்புவீரோ மாட்டீரோ, எங்களிடையிலே ஒரு சொறி நாய்ப் பயல் இருந்தான். அவன் அவன் போய், நான் மனங்கசந்து சொன்னதை முகாம் கமாண்டரிடம் கோள் மூட்டி விட்டான்.

“ஜெர்மனில் ‘லாகெர்பியூரர்’ என்று சொல்கிறார்களே, அந்தக் காவல் முகாம் தலைவன் ஜெர்மானியன். முல்லர் என்று பெயர். அப்படி யொன்றும் உயரம் இல்லை; கட்டுக்குட்டான ஆள். சணல் கத்தை போன்ற தலைமயிர்; தோற்றம் முழுதும் வெள்ளாவி வைத்தது போலத் தோன்றும். அவனுடைய தலைமயிர், கண் இமைகள், கண்கள் கூட ஒரு மாதிரி மங்கலாகத் தெரியும். போதாக் குறைக்கு முண்டக் கண்ணன் வேறே. உம்மையும் என்னையும் போலவே ருஷ்ய பாஷை பேசுவான். பேசும் தோரணையும் வோல்கா பகுதிக்காரர்கள் பேசுவது போலவே இருக்கும். என்னவோ வோல் காக்கரையிலேயே பிறந்து வளர்ந்தவன் போல நமது மொழியைப் பேசுவான். அதிலும் அவன் வையும்போது கேட்கணுமே! அடே யப்பா, பயங்கரம்! இந்தத் தேவடியாள் மகன் இந்த வித்தையை எங்கே கற்றானோ என்று சில நேரங்களில் நான் அதிசயிப்பேன். வழக்கமாக எங்கள் குடிசைக்கு முன்பாக எங்களை எங்களை வரிசையாக நிறுத்தி அவ்வரிசை

யோரமாக, வலது கையை முதுகுப் பக்கம் வைத்துக்கொண்டு, 'எஸ் எஸ்' படையினர் புடை சூழ அங்குமிங்கும் நடப்பான். தோல் கையுறை அணிந்திருப்பான். அத்தோலுக்கு அடிப்புறத்தில் அவனது விரல்களைப் பாதுகாப்பதற்காகக் காரீயத் தகடு பொருத்தி இருக்கும். வரிசை யோரமாக நடந்து கொண்டே, ஒருவர் விட்டு ஒருவராக முகத்தில் குத்தி மூக்கை உடைப்பான். 'இன்புளூயென்ஸா வராமலிருப்பதற்காக வைத்திய சிகிச்சையாக்கும் இது' என்று அவன் சொல்லுவது வழக்கம். இப்படியே ஒவ்வொரு நாளும் நடந்தது. முகாமில் மொத்தம் நான்கு வரிசைக் குடிசைகள் இருந்தன. முகாம் தலைவன் ஒரு நாளைக்கு முதல் வரிசைக் குடிசையில் இருந்தவர்களுக்கு இந்த மாதிரி 'சிகிச்சை' செய்வான் மறு நாள் இரண்டாவது வரிசைக் குடிசையில் இருந்தவர்களுக்கு இப்படியே வரிசையாக மண்டகப்படி நடத்து வான். சரியான பரத்தை மகன் அவன். ஒரு நாள் கூட விடுமுறை எடுத்துக் கொள்ள மாட்டான். ஒன்றே ஒன்று மட்டும் அவன் புரிந்து கொள்ளவில்லை, அடி முட்டாள்: பார்வையிடத் தொடங்குவதற்கு முன் எங்களுக்கு முன்பாக நின்று கொண்டு, மூக்குடைப்பதற்கு வேண்டிய அளவு கோபம் வர வேண்டும் என்பதற்காக வசை பொழியத் தொடங்குவான். தன்னால் முடிந்தவரையில் வாய்க்கு வந்தபடியெல்லாம் அவன் திட்டும் போது எங்களுக்கு அப்பாடா என்றிருக்கும். எதனால் என்கிறீரா? அந்தச் சொற்கள் நம் சொந்த மொழி போல ஒலிக்கும். ஏதோ நம் ஊரிலிருந்து வந்த காற்றைப் போல இதமாக இருக்கும். தன்னுடைய வசவுகளும் திட்டுகளும் எங்களுக்குக் களிப்புத் தந்ததை அவன் மட்டும் அறிந்திருப்பானே யானால், ருஷ்ய பாஷையில் திட்டியிருக்க மாட்டான்; தன் சொந்த மொழியிலேயே வைதிருப்பான் என்று நான் நினைக்கிறேன். மாஸ்கோவிலிருந்து வந்திருந்த என்னுடைய நண்பன் ஒருவன் இருந்தான். அவனுக்கு மட்டும் முகாம் தலை வன் திட்டும்போது ஆத்திரம் ஆத்திரமாக வரும். 'அவன் அப்படித் திட்டுகிறபோது நான் கண்களை மூடிக்கொண்டு மாஸ்கோ பீர்க் கடையில் தண்ணி போடுவது போல நினைத்துக் கொள்கிறேன். அவ்வளவுதான். ஒரு குவளை பீர் குடிக்கமாட்டோமா என்று அடக்க முடியாத ஆசை பொங்குகிறது. படுபயல் அப்படிப் பேசுகிறானே' என்பான்.

“ஆயிற்றா? அந்தக் கன மீட்டர்களைப் பற்றி நான் சொன்னதற்கு மறுநாள், முகாம் தலைவன் என்னைக் கூப்பிட்டனுப்பினான். மாலையில் ஒரு மொழிபெயர்ப்பாளனும் இரண்டு காவலர்களும் எங்கள் குடிசைக்கு வந்தார்கள். ‘ஸகலோவ் அந் திரேய்!’ என்று அழைத்தார்கள். நான் ஏன் என்று கேட்டேன். ‘எங்களுடன் வா. சடுதியில் நட. ஹெர் லாகெர்பியூரரே உன்னைப் பார்க்க விரும்புகிறார்’ என்றார்கள். எதற்காக அவன் என்னைக் காண என்பதை யூகித்தேன். என்னை விரும்புகிறான் தீர்த்துக் கட்டத்தான். ஆகவே எனது கூட்டாளிகளிடம் ‘போய் வருகிறேன்’ என்று சொல்லி விடை பெற்றேன். அவர்களுக்கெல்லாம் நான் சாகத்தான் போகிறேன் என்று தெரியும். நான் நீண்ட மூச்சு இழுத்து, பின்பு அந்தக் காவலர்கள் பின்னே நடந்தேன். முகாம் வெளி முற்றத்தைக் கடந்து போகும்போது மேலே விண்மீன்களைப் பார்த்து அவைகளிடமும் விடை பெற்றேன். ‘நல்லது, அந்திரேய் ஸகலோவ், எண் 331, போதும் போதுமென்கிற வரையில் சித்திரவதைப் பட்டுவிட்டாய்’ என்று எண்ணிக்கொண்டேன். எப்படியோ இரீனாவையும் குழந்தைகளையும் நினைத்துத் துயரம் வந்தது. அதை அடக்கிக் கொண்டு என் தைரியத்தையெல்லாம் ஒன்று திரட்டிக் கொண்டேன். சற்றும் முகம் சுளிக்காமல் கைத்துப்பாக்கிக் குழாய்க்குமுன் நிற்க வேண்டும், ஒரு போர் வீரனைப் போல. கடைசிக் கணத்தில் இந்த உயிரைப் பிரிய எனக்கு எவ்வளவு கஷ்டமாக இருக்கும் என்பதைப் பகைவன் பார்த்திடக் கூடாதல்லவா...

“முகாம் தலைவனது காரியாலயத்தில் ஜன்னல் குறட்டின்மேல் பூத் தொட்டிகள் இருந்தன. அங்கே துப்புரவாகவும் நேர்த்தியாகவும் இருந்தது. நமது கிளப்புகளில் இருக்குமே அதுபோல. முகாம் ஆபீசர்கள் ஐந்து பேரும் மேஜையைச் சுற்றிலும் உட்கார்ந்து ஷ்னாப்ஸ் ஜின் ஒரு மடக்குக் குடிப்பதும் பன்றிக் கொழுப்பை மெல்வதுமாக இருந்தார்கள். மேஜையின்மேல் பெரிய திறந்த பாட்டில் ஒன்று வைத்திருந்தது. ரொட்டி என்ன, பன்றிக் கொழுப்பென்ன, ஆப்பிள் ஊறுகாய் என்ன, இப்படியாகப் பல டின்கள் திறந்திருந்தன. அங்கே இருந்த தீனியை எல்லாம் ஒரு பார்வை பார்த்தேன். நீர் நம்புவீரோ, மாட்டீரோ, ஆனால் உண்மையாய்ச் சொல்லுகிறேன், எனக்குக் குமட்டலெடுத்தது.

கிட்டத்தட்ட வாந்தியே வந்து விட்டது. எனக்கோ பசியான பசியில்லை, ஓநாய்ப் பசிதான். மனிதர் சாப்பிடும் பண்டங்கள் எப்படியிருக்கும் என்பதையே மறந்திருந்தேன். இந்தப் பண்டங்களை யெல்லாம் இப்போது எதிரே பார்த்ததும் குமட்டலெடுத்து விட்டது. எப்படியோ என் குமட்டலை உள்ளடக்கிக்கொண்டேன். ஆனால் அந்த மேஜை மீது வைத்த கண் வாங்குதற்கு நான் பட்ட பாடு கொஞ்ச நஞ்சமல்ல.

"எனக்கு நேர் எதிரே முல்லர் உட்கார்ந்திருந்தான். பாதிக் குடிவெறி; தனது கைத்துப்பாக்கியை ஒரு கையிலிருந்து மற்றக் கைக்கு மாற்றிப் போட்டுப் பிடித்து, விளையாடிக் கொண்டிருந்தான். பாம்பு பார்ப்பது போல என்னை நேரே நிலைக்குத்திட்டு நோக்கினான். நல்லது. நான் நிமிர்ந்து நின்று, சிதைந்தொடிந்த பூட்ஸுக் குதி களைச் சேர்த்து அடித்து உரத்த குரலில் 'போர்க் கைதி, அந்திரேய் ஸகலோவ், உங்கள் சமூகத்தில் நிற்கிறேன், ஹெர் கமாண்டர்' என்று அறிவித்தேன். 'அப்படியா, ருஷ்ய இவான், நான்கு கன கல்லுடைப்பது மீட்டரளவு உனக்கு ரொம்ப அதிகமோ? ஏனப்பா?' என்று அவன் என்னிடம் கேட்டான் 'ஆமாம், கமாண்டர். அப் ஹெர் படித்தான்' என்றேன். 'உன்னைப் புதைப்பதற்கு ஒரு கன மீட்டரளவு போதுமா?' 'ஆமாம், ஹெர் கமாண்டர். எனக்கும் கண்டு மிஞ்சவும் செய்யும்.'

"அவன் எழுந்து நின்று, 'நான் உனக்குப் பெரிய மரியாதை செய்யப் போகிறேன். இந்த வார்த்தைகளைச் சொன்னதற்காக நானே உன்னைச் சுடப் போகிறேன். இங்கேயானால் ஒரே கந்தர கோளமாகப் போய்விடும். ஆகவே வெளி முற்றத்துக்கு வா. அங்கே, வெளியே உன் கணக்கைத் தீர்க்கலாம்' என்று சொன்னான். 'உங்கள் இஷ்டம்' என்றேன். ஒரு நிமிஷம் சிந்தித்துக்கொண்டு நின்றான். பிறகு கைத்துப்பாக்கியை மேஜை மேல் விசிறி எறிந்தான். ஷ்னாப்ஸை ஒரு குவளை நிறைய ஊற்றினான். ஒருதுண்டு ரொட்டி யெடுத்து அதன் மீது ஒரு துண்டு கொழுப்பை வைத்தான். இவை எல்லாவற்றையும் என் பக்கம் நீட்டி, 'சாவதற்கு முன்னால், ருஷ்ய இவான், ஜெர்மானியப் படைகளின் வெற்றிக்காக வாழ்த்துக் கூறிக் குடி' என்றான்.

“நீட்டிய குவளையையும் ரொட்டியையும் எடுத்துக் கொள்ளத்தான் போனேன். எடுத்திருப்பேன். ஆனால் அந்தச் சொற்கள் என் செவியில் விழுந்ததும் ஏதோ என்னை உள்ளே சுட்டெரிப்பது போல இருந்தது. ‘ஒரு ருஷ்யப் படை வீரனான நான் ஜெர்மானியப் படைகளின் வெற்றிக்காக வாழ்த்திக் குடிப்பதா? ஏனப்பா, கமாண்டர், அடுத்தபடி இன்னும் என்ன தான் செய்யச் சொல்லுவாயோ! நீயும் உன் ஷ்னாப்ஸும் நாசமாப் போக!’ என்று எண்ணினேன்.

“மேஜையின்மேல் குவளையையும் ரொட்டியையும் வைத்தேன். ‘உம்முடைய விருந்தளிப்புக்கு நன்றி. ஆனால் நான் குடிப்பதில்லை’ என்றேன். அவன் புன்சிரிப்புச் சிரித்தான். ‘ஓகோ, எங்கள் வெற்றிக்காக வாழ்த்திக் குடிக்க நீ விரும்பவில்லையா? அப்படியானால் உனது சாவுக்காகக் குடி!’ என்றான். எனக்கு அதனால் நஷ்டமென்ன? ‘எனது சாவிற்கும் அதன்பிறகு சித்திரவதையிலிருந்து எனக்கு உண்டாகும் விடுதலைக்கும் குடிக்கிறேன்’ என்று சொல்லி, குவளையை எடுத்து இரண்டே மடக்குகளில் குடித்துவிட்டேன். ஆனால் ரொட்டியை மட்டும் தொடவில்லை. உதடுகளைச் சற்றே கையினால் மரியாதையாகத் துடைத்துவிட்டு ’உமது விருந்துக்கு நன்றி. நான் தயாராக இருக்கிறேன், ஹெர் கமாண்டர். இப்போது நீர் என் கணக்கைத் தீர்க்கலாம்’ என்றேன்.

“ஆனால் அவன் என்னைக் கூர்ந்து பார்த்துக் கொண்டு, ‘சாவதற்குமுன் கொஞ்சம் ஏதேனும் தின்னடா’ என்றான். அதற்கு நான் என்ன சொன்னேன், தெரியுமா? ‘முதலாவது குவளை குடித்த அப்புறம் நான் ஒருபோதும் தின்பதில்லை’ என்றேன். பிறகு அவன் மறுபடியும் குவளை நிறைய ஊற்றி என்னிடம் தந்தான். இரண்டாவது தடவையும் குடித்தேன். அப்புறமும் நான் உணவைத் தீண்டவே இல்லை. எது வந்தாலும் வரட்டும் என்று துணிச்சலைப் பணயம் வைத்து ஆடிக் கொண்டிருந்தேன், தெரியுதா! அட வேறு ஒன்றுமில்லை என்றாலும் சாவதற்காக வெளியே போகு முன்பு நன்றாகக் குடித்து போதையாவது ஏற்றிக்கொள்வோமே என்றெண்ணினேன். கமாண்டரின் சணல் புருவங்கள் சட்டென்று நெறிந்தன. ‘ஏன் தின்ன மாட்டேன் என்கிறாய், ருஷ்ய இவான்?

கூச்சப்படாதே!' என்றான். ஆனால் நான் பிடித்த பிடியை விடவில்லை. 'மன்னிக்க வேண்டும், ஹெர் கமாண்டர், இரண்டாவது குவளைக்குப் பிறகுங்கூட நான் தின்னுவதில்லை' என்றேன். அவன் கன்னங்களை உப்பி மூக்கால் செருமினான். பிறகு பெரிய அதிர்வேட்டுச் சிரிப்பு சிரித்தானே பார்க்கணும். சிரித்துக்கொண்டே ஜெர்மன் மொழியில் ஏதோ மள மளவென்று சொன்னான். எனது சொற்களைத் தனது நண்பர்களுக்கு அவன் மொழிபெயர்த்துச் சொல்லியிருக்க வேண்டும். மற்றவர்களும் சிரித்தார்கள். நாற்காலிகளைப் பின்னே தள்ளி, தங்கள் பானை மூஞ்சிகளைத் திருப்பி என்னைப் பார்த்தார்கள். அவர்களுடைய பார்வையில் ஏதோ மாறுதல் ஒன்று இருப்பது தெரிந்தது. சற்றே கனிவான பார்வை போலத் தோன்றியது.

"கமாண்டர் எனக்கு மூன்றாவது குவளையும் ஊற்றிக் கொடுத்தான். அவன் கைகள் சிரிப்பினால் குலுங்கிக் கொண்டிருந்தன. அந்தக் குவளையைப் பையக் குடித்தேன். ரொட்டியில் ஒரு சிறு துண்டைக் கடித்துத் தின்று எஞ்சியதை மேஜை மேல் வைத்துவிட்டேன். பசியினால் அரை உயிராயிருந்த போதிலும், அவர்கள் என்னிடம் வீசி யெறிந்த பொருக்குகளை அவுக் அவுக் கென்று தின்னப் போவதில்லை என்றும், எனது சொந்த ருஷ்யப் பெருமிதமும் செருக்கும் என்னிடம் இருந்தன என்றும், அவர்கள் விரும்பினது போன்று, நான் விலங்காக மாறிவிடவில்லை என்றும் அந்தப் பரத்தைப் பயல்களுக்குக் காட்ட விரும்பினேன்.

"அதன்பிறகு முல்லர் முகத்தில் காரியக்கார நோக்கு வந்தது. மார்பில் தொங்கிக் கொண்டிருந்த இரும்புச் சிலுவைப் பதக்கங்களைச் சரி செய்து கொண்டான். ஆயுதம் எதுவும் இல்லாமல் என்பக்கத்தில் வந்தான். 'இதோ பார், ஸகலோவ்! நீ உண்மையான ருஷ்யப் போர்வீரன். நீ நேர்த்தியான போர்வீரன். நானுங்கூடப் போர் வீரனல்லவா! வீரப்பண்புடைய பகைவன் மேல் எனக்கு எப்போதும் மரியாதை. நான் உன்னைச் சுடப் போவதில்லை. அதிலும், இன்று எங்களது வீரப்படைகள் வோல்கா கரையை நெருங்கி ஸ்டாலின் கிராட் முழுவதையும் கைப்பற்றிக் கொண்டு விட்டன. இது எங்களுக்குப் பெருமகிழ்ச்சி. அதனால் நான் கருணைகூர்ந்து

உனக்கு உயிர்ப்பிச்சை தருகிறேன். குடிசைக்குப் போ. இந்தா, இதையும் உன்னுடன் கொண்டுபோ. இது உன்னுடைய தைரியத்திற்குப் பரிசு' என்று சொல்லி மேஜையிலிருந்து ஒரு ரொட்டியையும் ஒரு கட்டி பன்றிக் கொழுப்பையும் எடுத்து என்னிடம் தந்தான்.

"ரொட்டியை மார்போடு சேர்த்து முடிந்த வரையில் இறுக அணைத்துக்கொண்டேன். கொழுப்பை இடது கையில் பிடித்துக் கொண்டேன். நிகழ்ச்சிகள் இப்படி எதிர்பாராத முறையில் நடந்தமையால் பிரமை தட்டிப்போய் நன்றி என்றுகூடச் சொல்லாமல், சட்டென்று இடப் புறமாகப் பின் திரும்பி நேரே வெளியில் போனேன். என் நினைப்பு என்ன தெரியுமா? இந்தப் படுபாவி இதோ என் தோள் பட்டைகளினூடே வெடி தீர்த்து விடப் போகிறானே, நான் இந்தத் தீனியை எனது கூட்டாளிகளுக்கு ஒருபோதும் கொண்டுகொடுக்க முடியாதே என்பது தான். ஆனால் அப்படி ஒன்றும் நடக்கவில்லை. இந்தத் தடவையும் சாவு என்னை நெருங்கி வந்து விட்டு அப்பால் போய்விட்டது. அதனுடைய கடிய மூச்சுக் காற்று மட்டுந்தான் என் மேல்பட்டது போலிருந்தது.

"காவல் முகாம் தலைவனின் காரியாலயத்தை விட்டு தள்ளாடவே செய்யாமல் வெளியே வந்தேன். ஆனால் வெளிப்புறத்தே தலைகால் தெரியாமல் ஆடி விழுந்துகொண்டே போனேன். குடிசைக்குள் எகிறி நுழைந்ததும் செமென்ட் தரை மேல் நெடுஞ்சாண்கிடையாக விழுந்தேன். எனக்கு ஸ்மரணை தப்பி விட்டது. கூட்டாளிகள் எனக்கு மயக்கம் தெளிவித்தார்கள். அப்போது இன்னும் இருட்டாகவே இருந்தது. 'என்ன நிகழ்ந்தது சொல்லு!' என்று கேட்டார்கள். அப்போது தான் முகாம் தலைவன் காரியாலயத்தில் நடந்ததெல்லாம் எனக்கு நினைவு வந்தது; அவர்களுக்குச் சொன்னேன். 'தீனியை நாம் எப்படிப் பங்கிட்டுக் கொள்வது?' என்று என் பக்கத்துப் பலகைப் படுக்கையிலிருந்தவன் நடுங்கிய குரலில் கேட்டான். 'எல்லாருக்கும் ஒருப்போலே பங்குகள்' என்றேன். விடிந்து வெளிச்சம் வரும்வரை யும் காத்திருந்தோம். ரொட்டியையும் பன்றிக் கொழுப்பையும் ஒரு துண்டு நூலைக் கொண்டு துண்டித்தோம். ஒவ்வொருவருக்கும் தீப்பெட்டியளவே உள்ள ஒரு துண்டு ரொட்டி கிடைத்தது; ஒரு

பொருக்குக் கூட வீணாக்கப்படவில்லை. கொழுப்போ, எங்கள் உதடுகளில் ஒட்டுவதற்கே போதுமான தாயிருந்தது என்று சொல்லவும் வேண்டுமா? ஆனால் எல்லாருக்கும் சமமாகப் பங்கிட்டுக்கொண்டோம்.

“விரைவில் எங்களில் எல்லாரிலும் வலிவுள்ள முந்நூறு பேரைச் சதுப்பு நிலத்தில் வடிகால் வெட்டுவதற்காக இட்டுப் போனார்கள். அப்புறம் சுரங்கங்களில் வேலை செய்வதற்காக ரூர் பிரதேசத்துக்குப் போனோம். அங்கே 1944 வரைக்கும் தங்கினேன். அந்தக் அந்தக் காலத்திற்குள் நமது படைவீரர்கள் ஜெர்மன்காரர்கள் விழுங்கியிருந்த சில பகுதிகளைக் கக்கவைத்து விட்டார்கள். ஆகவே பாசிஸ்டுகள் கைதிகளான எங்களை வெறுத்து ஒதுக்குவது குறைந்தது. ஒரு நாள் எங்களில் பகல் வேலை முறைக்காரர்கள் எல்லாரையும் வரி சையாக நிறுத்தினார்கள். காண வந்த யாரோ ஒரு ஜெர்மன் ஒபர்-லெப்டினன்ட், ஒரு துபாஷி மூலமாக, ‘படையிலோ அதற்கு முன்போ டிரைவராக வேலை பார்த்தவர்கள் யாராவது இருந்தால் ஓரடி முன்வாருங்கள்’ என்று சொன்னான். டிரைவர்களாக இருந்த ஏழு பேர் முன் வந்தோம். சில பழைய மேலுடுப்புக்களை எங்களுக்குக் கொடுத்துக் காவலுடன் பாட்ஸ்டமுக்குக் கூட்டிச் சென் றார்கள். அங்கே போனதும் எங்களைப் பிரித்தனர். சாலைகள் போடவும் தற்காப்பு அரண்கள் கட்டவும் அவர்கள் ஏற்படுத்தியிருந்த ஸ்தாபனமான ‘தோட்’டில் எனக்கு வேலை கொடுத்தார்கள்.

“நான் ஜெர்மன் எஞ்சினீயர் படையின் மேஜர் ஒருவனுடைய ‘ஒபேல்-அட்மிரல்’ காரை ஓட்டினேன். பாசிஸ்ட் பன்றியைப் பார்க்க வேண்டுமானால் அவனைப் பார்த்தால் போதும். குட்டைப் பயல்; சால் வயிறன்; எவ்வளவு அகலமோ அவ்வளவு உயரம்; பெண்பிள்ளையினதைப் போலப் பருத்த பின்பக்கம். அவன் மோவாய்க்குக் கீழே மூன்று எதை மடிப்புகள்; பிடரியில் மூன்று பெரிய மடிப்புகள் தொள தொள வென்று தொங்கிக் கொண்டிருந்தன. அவன் அவன் உடம்பிலிருந்த கொழுப்பு மட்டும் ஓர் அந்தர் வெயிட்டு எடை இருக்க வேண்டும் என்று நினைக்கிறேன். நடக்கும்போது அவனுக்கு ரயில் எஞ்சின் போல புஸ் புஸ் ஸென்று

மூச்சு வாங்கும். சாப்பிட உட்கார்ந்தானோ, மூக்குப் பிடிக்க உள்ளே ஏற்றிவிட்டுத்தான் எழுந்திருப்பான். மொச்சு மொச்சென்று சவைப்பதும் பிராண்டிக் குப்பியிலிருந்து மடக்கு மடக்கென்று குடிப்பதுமாக நாள் முழுவதும் இரை எடுப்பான். எப்போதாவது எனக்கும் ஏதாவது பொருக்குக் கிடைக்கும். சாலையில் வண்டியை நிறுத்துவான். டின்களைத் திறந்து எதேனும் இறைச்சிப் பணி யாரத்தையும் பாலடைக் கட்டியையும் உள்ளே தள்ளிவிட்டுச் சாராயம் குடிப்பான். மனது குளிர்ந்திருந்தால் நாய்க்கு எறிவது போன்று ஒரு துண்டை என்பக்கம் சுண்டி எறிவான். ஒருபோ தும் இந்தா என்று அதை என் கையில் கொடுத்ததே கிடையாது. அடேயப்பா! கிடையவே கிடையாது. அது தன் மதிப்புக்குக் குறைவு என்பது அவன் நினைப்பு. இருந்தாலும் நான் முன்பு இருந்த முகாமுக்கும் இதற்கும் மலைக்கும் மடுவுக்கு முள்ள வித்தியாசம் இருந்தது. சிறுகச் சிறுக மறுபடி நானும் ஒரு மனிதன் போலத் தோன்றத் தொடங்கினேன். என் எடைகூட அதிகமாகத் தொடங்கிற்று.

“சுமார் இரண்டு வாரங்கள் பாட்ஸ்டமுக்கும் பெர்லினுக்குமாக மேஜரைக் கொண்டுபோய் வந்தேன். பிறகு நமது படைகளுக்கு எதிராகத் தற்காப்புக்களைக் கட்ட அவனைப் போர் முன்னணிப் பகுதிக்கு அனுப்பினார்கள். அப்போது தான் இரவில் உறக்கத்தையே மறந்தேன். என்னுடைய நாட்டிற்கு, என்னுடைய தோழர்களிடம் எப்படித் தப்பிச் செல்வது என்று எண்ணமிடுவதிலேயே இராப் போது முழுவதும் கழியும்.

“போலட்ஸ்க் நகருக்குச் சென்றோம். இரண்டு வருடங்களுக்குப்பின் முதல் தடவையாக வைகறையில் நமது பீரங்கிப் படையின் முழக்கத்தைக் கேட்டேன். அந்த ஒலி கேட்டதும் எனது நெஞ்சு எப்படி அடித்துக்கொண்டது என்பதைச் சொல்லவும் வேண்டுமா? உண்மையாக, அண்ணே, நான் முதன் முதலாக இரீனாவுடன் காதல் புரியத் தொடங்கினபோது கூட என் நெஞ்சு ஒருபோதும் அப்படி அடித்துக்கொண்டதில்லை! போலட்ஸ்குக் குக் கிழக்கே சுமார் பதினெட்டு கிலோமீட்டர் களுக்கு அப்பால் சண்டை நடந்து கொண்டிருந்தது. நகரிலிருந்த ஜெர்மானியருக்கா, எரிச்சலான எரிச்சலில்லை. திகில் வேறே. எனது தொப்பை

மேஜரோ வரவர மிகுதியாகக் குடிக்கத் தொடங்கினான். பகற்பொழுதில் காரில் சுற்றுவோம். அரண்களை எப்படிக் கட்ட வேண்டும் என்பதைப் பற்றி அவன் கட்டளையிடுவான். இரவில் தனியே உட்கார்ந்து தண்ணி போடுவான். ஒரேயடியாக ஊதிப் போனான்; அவனது கண்களுக்கு அடிப்புறம் சதை பைகள் போலத் தொங்கியது.

" 'சரி, இது தான் எனக்கு ஏற்ற நேரம். இனியும் காத்திருக்கத் தேவையில்லை' என்று எண்ணினேன். 'நான் மட்டும் தனியாகத் தப்பிச் செல்லப் போவதில்லை. என்னுடன் இந்தத் தொப்பை மேஜரையும் இழுத்துச் செல்ல வேண்டும். அங்கே அவன் மிகவும் பயன்படுவான்.'

"சில பாழ்வீடுகளுக்கிடையே கனமான இரும்புக் கட்டி ஒன்று கண்டெடுத்து அதைக் கந்தையால் சுற்றினேன்; மேஜரை நான் தாக்க வேண்டியிருந்தால் ரத்தம் வரக் கூடாது என்பதற்காக. சாலையிலே டெலிபோன் கம்பி கொஞ்சம் கிடைத்தது. தேவையான எல்லாவற்றையும் சேகரித்துக் காரின் முன் சீட்டுக்கு அடியில் தயாராக ஒளித்து வைத்தேன். ஒரு நாள் மாலை, நான் ஜெர்மன் படைகளை விட்டுத் தப்புவதற்கு இரண்டு நாள் முன்பு, பெட்ரோல் நிறைக்கும் நிலையத்திலிருந்து திரும்பி வந்தபோது ஜெர்மன் சிப்பாய் ஒருவன் குடிவெறியில் கண்ணு மண்ணு தெரியாமல் தள்ளாடிக்கொண்டு, ஒரு சுவருடன் முரண்டிக் கொண்டிருந்ததைக் கண்டேன். உடனே காரை நிறுத்தினேன் சிதைந்து போன ஒரு கட்டிடத்துள் அவனை அழைத்துச் சென்று, அவனது இராணுவ உடைகளையும் குல்லாயையும் எடுத்துக் கொண்டேன். பிறகு இவை யெல்லாவற்றையும் முன் சீட்டிற்கு அடியில் ஒளித்து வைத்துத் தயாராக இருந்தேன்.

"ஜூன் 29ம் தேதி காலையில் எனது மேஜர் நகருக்கு வெளியே டிரஸ்னீட்ஸா இருக்கும் திக்கில் காரை ஓட்டிச் செல்லும்படி கூறினான். அங்கு ஏதோ தற்காப்பு அரண்கள் அவன் மேற்பார் வையில் கட்டப்பட்டுக்கொண்டிருந்தன. காரை ஓட்டிச் சென்ற போது என் நெஞ்சு திக்குதிக்கென்று அடித்துக் கொண்டிருந்தது.

மேஜர் பின் சீட்டில் உட்கார்ந்து அக்கடாவென்று ஒரு தூக்கம் போட்டுக் கொண்டிருந்தான். முதலில் வேகமாகக் காரை ஓட்டினேன். ஆனால் நகருக்கு வெளிப்புறத்தில் வேகத்தைக் குறைத்துப் பைய ஓட்டினேன். பிறகு காரை நிறுத்தினேன். வெளியே இறங்கிச் சுற்று முற்றும் பார்த்தேன். பின்னால் நெடுந் தூரத்தில் இரண்டு லாரிகள் மெதுவாக வந்து கொண்டிருந்ததைக் கண்டேன். நான் வைத்திருந்த இரும்புக் கட்டியை வெளியே எடுத்தேன். கதவைப் பரக்கத் திறந்தேன். தொப்பை மேஜர் ஸீட்டில் மல்லாக்காகச் சாய்ந்து குறட்டை விட்டுக் கொண்டிருந்தான். அவன் பெண்டாட்டி பக்கத்திலே இருந்ததாக எண்ணம் போலிருக்கிறது! ஆயிற்றா. அவனது இடப்புறப் பொருத்தைப் பார்த்து இரும்புக் கட்டியால் மட்டென்று ஒரு போடு போட்டேன். அவ்வளவு தான். அவன் தலை மார்பின்மேல் துவண்டு விழுந்தது. இன்னும் நன்றாக உறுதிப்படுத்திக் கொள்வதற்காக இன்னொரு போடு போட்டேன். ஆனால் அவனைக் கொல்ல விரும்பவில்லை. உயிரோடே நம் பக்கத்திற்குக் கொண்டுவரவே விரும்பினேன். நமது ஆட்களுக்கு அவன் நிறையச் செய்திகளைச் சொல்லக் கூடுமே. அதனால் தான் கொல்ல விரும்பவில்லை. ஆகவே அவனுடைய கைத்துப்பாக்கியைத் தோலுறையிலிருந்து வெளியே எடுத்து என் சட்டைப் பைக்குள் திணித்துக்கொண்டேன். பிறகு பின் சீட்டிற்குப் பின்னால் ஒரு கவட்டைப் பிடியைச் செருகினேன். மேஜரின் கழுத்தில் டெலிபோன் கம்பியைச் சுற்றிக் கட்டிக் கவட்டைப் பிடியுடன் சேர்த்துப் பிணித்தேன். நான் வேகமாகக் காரைச் செலுத்தும் போது தடுமாறிப் பக்க வாட்டில் அவன் விழாதிருக்கவே அந்த மாதிரிக் கட்டினேன். ஜெர்மானிய இராணுவ உடையையும் குல்லாயையும் அணிந்துகொண்டேன். பிறகு விட்டேன் காரை எங்கே தெரியுமா? தரை அதிர்ந்து கிடுகிடுத்துக் கொண்டிருந்த இடத்திற்கு, அதுதான்; சண்டை நடந்த இடத்திற்கு.

"இரண்டு அரண்களுக்கு இடையே ஜெர்மானிய முன்னணிக்குள் விர்ரென்று காரை விட்டுக் கொண்டு போனேன். இயந்திரத் துப்பாக்கி வீரர்கள் சிலர் ஒரு அரணிலிருந்து வெளியே மெள்ளத் தலையை நீட்டினார்கள். என்னுடன் ஒரு மேஜர்

இருந்ததை அவர்கள் பார்க்க வேண்டுமென்பதற்காகக் காரின் வேகத்தை வேண்டுமென்றே குறைத்தேன். நான் அப்பால் போகக் கூடாது என்பதைக் காட்டுவதற்காக அவர்கள் கூப்பாடு போட்டுக் கைகளை ஆட்டத் தொடங்கினார்கள். நானோ அதைப் புரிந்து கொள்ளாதது போலப் பாசாங்கு செய்து, எண்பது கிலோமீட்டர் வேகத்தில் காரைக் கடகடவென்று ஓட்டி அப்பால் போய்விட்டேன். நடப்பது எனன என்பதை அவர்கள் சரியாகத் தெரிந்துகொண்டு சுடத் தொடங்குவதற்கு முன்பே நான் இரு தரப்புக்கும் இடையிலிருந்த பொது நிலத்திற்குச் சென்று விட்டேன். வெடிகுண்டுகள் வீழ்ந்த பள்ளங்களில் மாட்டிக்கொள்ளா மலிருப்பதற்காக இடசாரி வலசாரியாக வளைந்து வளைந்து ஓட்டிக் கொண்டு போனேன். அப்பா, நான் ஓடிய ஓட்டம் உண்டே, அதற்கு முயலெல்லாம் பிச்சை வாங்க வேண்டும்.

“பின்னாலிருந்து ஜெர்மன்காரர்கள் சுட்டுக் கொண்டிருந்தார்கள். பிறகு, என்னடாவென்றால் நமது பயல்களே மிகுந்த ஆத்திரங்கொண்டு முன்புறத்திலிருந்து என்னைக் குறி வைத்துத் தாக்கினார்கள். காரின் முன்புறக் கண்ணாடியில் நான்கு குண்டுகள் பாய்ந்து தொளைத்துவிட்டன. ரேடியேட்டரும் சில இடங்களில் பொத்தலாகிவிட்டது. ஆனால் அருகே ஓர் ஏரியையும் தோப்பையும் கண்டேன். நமது ஆட்கள் காரை நோக்கி ஓடி வந்தார்கள். ஆகவே நேரே காட்டிற்குள்ளே விட்டடித்தேன்; கதவை விரியத் திறந்தேன். தடாலென்று தரைமேல் விழுந்து அதை முத்தமிட்டேன். மூச்சு விடக்கூட என்னால் முடியவில்லை.

“படைச் சட்டை மேல் நான் முன் கண்டிராத ஒருவகைக் காக்கித் தோள்பட்டிகளுடன் வந்த ஓர் இளைஞன் முதலில் என்னை நெருங்கி பல்லைக் கடித்துக்கொண்டே, ‘ஏனடா, ஜெர்மன் பிசாசே! வழி தவறிவிட்டதா, ஊம்?’ என்றான். நான் ஜெர்மானியப் படையுடுப்பை விர்ட்டென்று கழற்றிப் போட்டேன். ஜெர்மானியக் குல்லாயைக் காலடியில் கடாசினேன். பின்பு அவனைப் பார்த்து, ‘என் அழகு ராசா! அப்பா, மகனே! நானா ஜெர்மன்காரன்? நான் பிறந்து வளர்ந்ததெல்லாம் வரோனெஷ் அல்லவா! போர்க் கைதியாக இருந்தேன். தெரிகிறதா? அதோ அந்தக் காரில் அமர்ந்திருக்கிறதே

கொழுத்த பன்றி, அதைக் கட்ட விழ்த்து விடு; அதனுடைய தோல் பையை எடுத்துக்கொள். உனது படைத்தலைவரிடம் அதை இட்டுச் செல்' என்றேன். இளைஞனிடம் எனது கைத்துப்பாக்கியைக் கொடுத்தேன். ஒருவர் பின் ஒருவராக எத்தனையோ அதிகாரிகள் மாற்றி மாற்றி என்னை விசாரித்தார்கள். முடிவில் சாயங் கால வாக்கில், டிவிஷன் தலைவரான கர்னலிடம் செல்ல வேண்டியிருந்தது. அதற்குள் குளி தெளி, சாப்பாடு, விசாரணை எல்லாக் கச்சவடமும் முடிந்து விட்டது. எனக்குப் புதிய இராணுவ உடையும் கொடுத்திருந்தார்கள். ஆகவே சுத்தமான உடம்பும் உள்ளமும் கொண்டு, பொருத்தமாக உடையணிந்து, தகுந்த முறையில் கர்னல் இருந்த நிலவறைக்குச் சென்றேன். கர்னல் தனது மேஜையருகி லிருந்து எழுந்து என்னிடம் வந்தார். அங்கே பல ஆபீசர்கள் இருந்தார்கள். அவர்கள் முன்னிலையில் என்னை அணைத்துக் கொண்டு, 'படைவீரனே, எங்களுக்கு நீ கொண்டுவந்த பரிசுக்காக நன்றி. நீ கொண்டுவந்த மேஜரிடமிருந்தும் அவனது தஸ்தாவேஜுப் பையிலிருந்தும் எங்களுக்கு நிரம்பத் தகவல்கள் கிடைத்திருக்கின்றன. போரின் முன்னணியில் இருபது ஜெர்மானியரைக் கைப்பற்றினாலும் அவர்களிடமிருந்து இவ்வளவு நிறையத் தகவல் கிடைக்காது. உனக்கு விருது விருது கிடைக்குமாறு சிபாரிசு செய்கிறேன்' என்று சொன்னார். அவரது பேச்சும் அவர் என்னிடம் காட்டிய பரிவும் என் உள்ளத்தை யுருக்கின. என் உதடுகள் நடுங்கின. இறுக்கமாக வைத்திருக்க முயன்றேன். முடியவில்லை. என்னால் பதில் சொல்ல முடிந்ததெல்லாம் இவ்வளவு தான்: 'தோழர் கர்னலே, ஒரு துப்பாக்கிப் படைப் பகுதியில் என்னைச் சேர்க்கும்படி வேண்டிக்கொள்கிறேன்.'

"ஆனால் கர்னல் என்ன பண்ணினார், தெரியுமா! ஒரே சிரியாய்ச் சிரித்து என் தோளிலே தட்டி, 'பலே, உன்னாலே நிற்கக்கூட முடியவில்லையே! நீ எப்படிச் சண்டை போட முடியும் என்று எண்ணுகிறாய்? இப்போதே உன்னை மருத்துவ விடுதிக்கு அனுப்புகிறேன். அங்கே உன் உடம்பைச் சீர்படுத்திக் கொஞ்சம் சதை பிடிக்கச் செய்வார்கள். அதன் பின்பு நீ வீடு சென்று குடும்பத்தவருடன் ஒரு மாதம் விடுமுறையைக் கழித்துவிட்டுத்

திரும்பி வா. அப்போது எப்பகுதியில் உன்னைச் சேர்க்கலாம் என்பது பற்றி எண்ணுவோம்' என்றார்.

"கர்னலும் அவருடன் நிலவறையிலிருந்த ஆபீசர்கள் எல்லோரும் என்னுடன் என்னுடன் கைகுலுக்கி என்னை நெஞ்சார வழியனுப்பினார்கள். வெளியே வந்ததும் என் தலை சுற்றத் தொடங்கியது. நான் கைதியாக இருந்த ஈராண்டுகளில் மனிதனைப் போல நடத்தப்படுவது எப்படியிருக்கும் என்பதையே மறந்து விட்டேன். என்ன ஆயிற்று தெரியுமா, அண்ணே! நெடுநாள் நெடுநாள் வரைக்கும் எனக்கு மேற்பட்ட ஆபீசரிடம் பேசும் போதெல்லாம் எங்கே அடி விழுந்துவிடுமோ என்ற அச்சத்தில் தலையைத் தோள்களுக்கிடையே இடுக்கிக்கொள்ளும் பழக்கத்தை என்னால் விடவே முடியவில்லை. அந்தப் பாசிஸ்டுகளின் முகாம்களிலெல்லாம் இம் மாதிரியான பயிற்சி தான் எங்களுக்குக் கிடைத்தது. பழக்கம் லேசில் போகுமா!...

"மருத்துவ விடுதியில் சேர்க்கப்பட்டதுமே இரீனாவுக்குக் கடிதம் எழுதினேன். நான் எப்படிச் சிறைப்பட்டேன், எப்படி மேஜரை இழுத்துக் கொண்டு தப்பியோடி வந்தேன் என்பதைப் பற்றி யெல்லாம் ஒரு சில சொற்களில் அவளுக்கு எழுதினேன். சிறு குழந்தை பெருமை யடித்துக்கொள்ளுமே, அது போலப் பெருமையடிக்கும் பழக்கம் என்னிடம் எங்கிருந்து தான் வந்ததோ சொல்ல முடியாது. எனக் விருது தரும்படி சிபாரிசு செய்வதாகக் கர்னல் வாக்களித்ததைக் கூட என்னால் சொல்லாமல் அடக்கி வைத்துக்கொள்ள முடியவில்லையென்றால் பார்த்துக்கொள்ளுமேன்!

"இரண்டு வாரங்கள் வெறுமே தின்பதும் உறங்குவதுமாகக் கழித்தேன். ஒவ்வொரு வேளையும் சிறிதளவாக நாளுக்குப் பல தடவை உணவு கொடுத்தார்கள். நான் விரும்பிய அளவு உணவு எனக்குக் கொடுத்திருந்தால் முதலுக்கே மோசம் வந்திருக்கும் என்று மருத்துவர் சொன்னார். ஆனால் இரண்டு வாரங்களுக்கு அப்புறமோ எனக்கு உணவைக் கண்டாலே பிடிக்கவில்லை. என் வீட்டிலிருந்து பதிலே வரவில்லை. ஆகையால் நான் ஏங்கிப் போனேன் என்பதை ஒப்புக்கொள்ளத்தான் வேண்டும். சாப்பிட வேண்டும் என்ற

நினைப்பே இல்லை. உறக்கமும் வரமாட்டேன் என்றது. என்னென்னவோ பயங்கர எண்ணங்களெல்லாம் என் மூளைக்குள் நெளிந்து குடைந்துகொண்டே இருந்தன. மூன்றாவது வாரத்தில் வரோனெஷிலிருந்து எனக்குக் கடிதம் வந்தது. ஆனால் அது இரீனாவிடமிருந்து இல்லை. என் அண்டை வீட்டுக்காரத் தச்சனிடமிருந்து வந்தது. அந்த மாதிரிக் கடிதம் எவருக்குமே எப்போதுமே வர வேண்டாம் என்று சொல்லுவேன். என்ன கொடுமை நிறைந்த கடிதம்! விமானத் தொழிற்சாலை மீது ஜெர்மானியர் குண்டு போட்டார்கள் என் றும், ஒரு பெரிய குண்டு நேரே எனது குடிலின் மேல் விழுந்ததென்றும் எழுதியிருந்தான். அந்தக் குண்டு விழுந்தபோது இரீனாவும் பெண் குழந்தைகளும் வீட்டிலேயேதான் இருந்தார்களாம்.... வீடு இருந்த இடத்தில் ஓர் ஆழமான கிடங்கு தான் இருந்ததென்றும் அவன் எழுதியிருந்தான்.... முதல் முறை அக்கடிதத்தை முழுதும் படிக்க என்னால் முடியவில்லை. எனக்குக் கண்களை இருட்டிக் கொண்டு வந்தது. எனது நெஞ்சிலிருந்த ஆசையெல்லாம் பிழிந்தெடுத்தது போல வெளியேறி, அது இறுகிய பந்து போல் ஆகிவிட்டதாகத் தோன்றிற்று. கூம்பிய நெஞ்சு இனி மலரவே மலராது என்று கூட எண்ணினேன். படுக்கைமீது அப்படியே மல்லாந்து கிடந்தேன். கொஞ்சம் மன வன்மை பெற்ற பிறகு கடிதத்தை முடிவு வரைக்கும் படித்தேன். குண்டு விழுந்தபோது அனத் தோலிய் ஊருக்குள் போயிருந்தான் என்று எனது அண்டை வீட்டான் எழுதியிருந்தான். மாலையில் தனது வீடு இருந்த இடத்திற்குப் போனானாம். குண்டு குடைந்த குடைந்த பள்ளத்தைப் பார்த்துவிட்டு அன்று இரவே திரும்பவும் நகரத்திற்குச் சென்றானாம். போவதற்கு முன்பு, தான் போர் முன்னணிக்குச் செல்ல வலுவில் பெயர் கொடுக்கப் போவதாக என் அண்டை வீட்டானிடம் சொல்லிச் சென்றானாம். இவ்வளவுதான்.

“எனது நெஞ்சு ஒருவாறு தேறி ரத்த ஓட்டம் ஙொய் என்று காதில் ஒலித்தது. அப்போது நினைத்துக்கொண்டேன், ரயிலடியில் நாங்கள் பிரிந்த போது இரீனா எப்படி என்னைக் கட்டிக்கொண்டு தொங்கினாள் என்பதை. இந்த உலகில் நாங்கள் ஒருவரை யொருவர் மீண்டும் காணப்போவதில்லை என்பதை அவளுடைய நெஞ்சு

எப்படியோ அப்போதெல்லாம் கட்டாயம் அறிந்திருக்க வேண்டும். நான் அவளை நெட்டித் தள்ளிவிட்டேன்.... ஒரு காலத்திலே எனக்கும் குடும்பம் இருக்கத் தான் செய்தது; எனக்குச் சொந்தமான வீடுங் கூடத்தான் இருந்தது; அதெல்லாம் உருவாக்க எத்தனை ஆண்டுகள் பிடித்தன தெரியுமா! ஆனால் எல்லாம் ஒரே நொடியில் மின் வெட்டுப்போல அழிந்து விட்டது; ஒண்டிக் கட்டையாகி விட்டேன். இப்படிக் குழம்பி யடித்துப்போன என்னுடைய வாழ்க்கை ஒரு கனவாகத்தான் இருக்க வேண்டும் என்று எண்ணினேன். ஏன், நான் கைதியாக இருந்தபோது கிட்டத்தட்ட ஒவ்வோர் இரவும் இரினாவுடனும் குழைந்தை குட்டிகளுடனும் பேசுவதுண்டு, ஆமாம், எனக்குள்ளாகவே தான்; ஒரு பயலுக்கு வெளித் தெரியாது. நான் வீட்டிற்கு வந்துவிட்டேனென்றும் அவர்கள் துயரப்படத் தேவையில்லை யென்றும் சொல்லி அவர்களை மகிழ்விக்க முயன்றேன். நான் முரடன், இந்தக் கொடுமை யெல்லாம் என்னால் தாங்க முடியும். நாம் எல்லோரும் மீண்டும் ஒரு நாள் ஒன்று சேர்ந்து இருப்போம் என்றும் சொன்னேன். ஆகவே, இரண்டு ஆண்டுகளாகச் செத்தவர்களுடனா பேசிக் கொண்டிருந்தேன்?...ஏ

அந்தப் பெரிய மனிதன் ஒரு நிமிஷம் பேசாதிருந்தான். பிறகு நடுக்கத்துடன், மாறுபட்ட, தாழ்ந்த குரலில் "கொஞ்சம் புகை குடிப்போம், அண்ணே. எப்படியோ, என் தொண்டையிலே ஏதோ வந்து அடைத்துக்கொள்வது போலிருக்கிறது" என்றான்.

நாங்கள் சுருட்டு பற்றவைத்தோம். வெள்ள மிட்டிருந்த காட்டில் ஒரு மரங்கொத்தி டொக் டொக்கென்று கொத்துவது கேட்டது. ஆல்டர் மரங்களின் உலர்ந்த இலைகள் வெப்பமான இளங்காற்றில் சலசலத்தன. இழுத்துக் கட்டப்பட்ட பாய்களுடன் கப்பல்கள் செல்வது போன்று மேலே நீல வானில் மேகங்கள் மிதந்து சென்றன. இவ்வாறு சில நிமிஷங்களில் கம்பீரமான அமைதி நிலவியது. இளவேனில் காலம் நிறைவேற்ற வேண்டிய பெரிய செயலுக்காக, வாழ்க்கையில் உயிர்ப்பு அழியாது நிலைத்திருக்கும் என்று மீண்டும் ஊர்ஜிதப்படுத்துவதற்காகத் தயாராகிக் கொண்டிருந்த இந்த எல்லையற்ற உலகம் முற்றும் வேறுபட்டதாக எனக்குத் தோன்றியது.

மௌனமாயிருப்பது தாங்க முடியாத அளவு வருத்தம் தந்தது. ஆகவே "என்ன நிகழ்ந்தது பிறகு?" என்று கேட்டேன்.

"என்ன நிகழ்ந்தது பிறகு?" என்று தன் விருப்பம் இன்றியே பதில் தந்தான். "பிறகு ஒரு மாதம் விடுமுறை பெற்றேன். ஒரு வாரத்தில் வரோனெஷுக்கு வந்து விட்டேன். என் குடும்பத்துடன் ஒரு காலத்தில் நான் வாழ்ந்திருந்த இடத்திற்குக் கால்நடையாகவே சென்றேன். அங்கே பெரிய ஆழமான குடை குழி; அழுக்கான கலங்கல் நீர் பள்ளத்தில் நிரம்பியிருந்தது. சுற்றிலும் கோரைகள் இடுப்புயரம் வளர்ந்திருந்தன. எங்கும் ஒரே வெறுமை, ஒரு சந்தடியில்லை. இடுகாடு போன்று அமைதி நிலவியது. அப்போது தான், அண்ணே, என் உணர்ச்சி குமுறியது. நெஞ்சில் குமைந்த துயரமெல்லாம் பீறிக்கொண்டு வெளிப்பட்டது. உமக்குச் சொல்வதற்கென்ன! நான் அதைக் கட்டுப்படுத்தாமல் நின்று கொண்டிருந்தேன். பிறகு ரயில் நிலையத்திற்குச் சென்றேன். அவ்வூரில் ஒரு மணி நேரம்கூட என்னால் தங்க முடியவில்லை. அன்றைக்கே டிவிஷனுக்குத் திரும்பிச் சென்றேன்.

"ஆனால் சுமார் மூன்று மாதங்கள் கழிந்த பின்பு மேகங்களினூடே வெயில் விளங்கித் தோன்றுவதுபோல் என் வாழ்வில் மகிழ்ச்சி மின்னிட்டது. அனத்தோலிய் பற்றிச் செய்தி கிடைத்தது; இன்னொரு போர்முனையிலிருந்து எனக்குக் கடிதம் அனுப்பினான். என்னுடைய அண்டை வீட்டுக்காரனிடமிருந்தே எனது முகவரியை அவன் தெரிந்து கொண்டிருக்கிறான். தொடக்கத்தில் பீரங்கிப் படைக் கல்லூரி ஒன்றுக்கு அவன் சென்றிருந்தானாம். கணக்கில் இயல்பாக அவனுக்கிருந்த திறமை அங்கே அவனுக்கு உதவிற்று. ஓர் ஆண்டுக்குப் பின்னர் சிறப்பாகத் தேர்வுற்றுப் போர் முனைக்குச் சென்றானாம். இப்போது காப்டன் பதவி தனக்குத் தரப்பட்டிருப்பதாக எழுதியிருந்தான். பீரங்கிப் பட்டாளத்துக்குத் தலைமையேற்று நடத்திக் கொண்டிருந்தான். ஆறு பாராட்டு விருதுகளும் பதக்கங்களும் வாங்கியிருந்தான். ஒரு வார்த்தையில் சொன்னால் தனது முதிய தகப்பனை விடப் பெரிதும் முன்னேறியிருந்தான். மீண்டும் அவனைப்பற்றி உண்மையாகவே பெருமை கொண்டேன். நீர் என்ன வேண்டுமானாலும் சொல்லிக்

கொள்ளும். ஆனால் என் சொந்த மகன் காப்டன். அத்துடன் பீரங்கிப் பட்டாளத்துக்குத் தலைவன். அது லேசான விஷயமா? இதற்கெல்லாம் மேலாக விருதுகளென்ன பதக்கங்களென்ன என்று வேறு ஜமாய்க்கிறான். அவனது தகப்பன் குண்டுகளையும் மற்றவை களையும் ஸ்டுடி பேக்கர் லாரியிலேற்றி ஓட்டிக் கொண்டுதான் பிழைப்பு நடத்துகிறான் என்றால் என்ன வந்து விட்டது? தசப்பன் காலம் கடந்து விட்டது. ஆனால் மகனோ எடுத்த எடுப்பிலேயே காப்டன்; வாழ்க்கை முழுதும் அவனை எதிர்நோக்கிக் காத்திருந்தது.

"இரவுகளில் எனக்குக் கிழப்பருவக் கனவுகள் தோன்றத் தொடங்கின. போர் முடிந்ததும் மகனுக்குத் திருமணம் முடித்து அவனுடன் கூட இருந்து வாழ்வேன். சிறிது தச்சு வேலை செய்வேன். அவனது குழந்தை குட்டிகளைப் பார்த்துக்கொள்வேன். கிழவன் செய்கிற வேலை எல்லாம் செய்வேன். ஆனால் இப்படி நான் கண்ட கனவெல்லாங் கூடப் படார் என்று வெடித்துச் சிதறிவிட்டன. குளிர் காலத்தில் நாங்கள் சிறிதும் இடைவிடாது முன்னேறிக்கொண்டே இருந்தோம். ஆகையால் அடிக்கடி ஒருவருக்கொருவர் கடிதம் எழுதிக் கொள்ள நேரம் இல்லை. ஆனால் போர் முடிவில் பெர்லினுக்கு அருகே ஒரு நாள் காலை அனத்தோலியுக்கு ஒரு கடிதம் அனுப்பினேன். நேர் மறுநாளே அதற்குப் பதில் கிடைத்தது. அவனும் நானும் ஜெர்மானியத் தலைநகருக்கே வெவ்வேறு வழியாக வந்திருக்கிறோம் என்று தெரிந்தது. இப்போது ஒருவருக்கொருவர் மிக அருகே இருந்தோம். நாங்கள் சந்திக்க விருந்த கணம் வரைக் காத்திருக்க என்னால் கொஞ்சங்கூட முடியவில்லை. ஆயிற்று. அந்தக் கணமும் வந்தது.... சரியாக மே மாதம் ஒன்பதாம் நாள், வெற்றி நாளன்று காலையில் என் அனத்தோலிய் ஒரு ஜெர்மன் சிப்பாய் சுட்டதால் இறந்தான்.

"பிற்பகலில் கம்பெனித் தலைவர் என்னைக் கூப்பிட்டு அனுப்பினார். அங்கே முன்பின் அறியாத பீரங்கிப் படை லெப்டினன்ட் லெப்டினன்ட் கர்னல் ஒருவர் உட்கார்ந்திருந்தார். நான் அறைக்குள் சென்றதும் கர்னல் மேல் அதிகாரியைக் கண்டதுபோல எழுந்து நின்றார். எனது கம்பெனித் தலைவர்,

‘ஸகலோவ், இவர் உன்னைக் காண வந்திருக்கிறார்’ என்று சொல்லிவிட்டு ஜன்னல் புறமாகத் திரும்பி நின்றுகொண்டார். அப்போது ஏதோ மின்சார அதிர்ச்சி போல என்னூடே பாய்ந்தது; தொல்லை வருகிறதென்று உணர்ந்தேன். லெப்டினன்ட் கர்னல் என்னிடம் வந்து, ‘மனத்தை உறுதிப்படுத்தித் தாங்கிக் கொள்ளுங்கள், தந்தையே! உங்கள் மகன காப்டன் ஸகலோவ் இன்று கொல்லப்பட்டார். என்னுடன் வாருங்கள்’ என்றார்.

“நான் அப்படியே கிறுங்கி ஆடினேன்; ஆனால் விழாதவாறு காலூன்றி நின்றேன். உடைந்த கற்கள் சிதறிக் கிடந்த தெருக்களின் ஊடே லெப்டினன்ட் கர்னலும் நானும் காரை ஓட்டிச் சென்ற விதத்தை இப்போது நினைத்தாலும் கனவு போலத்தான் இருக்கிறது. போர்வீரர் வரிசையாக அணிவகுத்து நின்றதும் சவப்பெட்டி சிவப்பு வெல்வெட்டால் மூடப்பட்டிருந்ததும் என் நினைவில் பனிப் படலத்தில் மறைந்தது போன்றே மங்கலாக இருக்கிறது. ஆனால் என் அனத்தோலியை மட்டும், அண்ணே, இப்போது உம்மைப் பார்க்கிறேனே, இதே தெளிவுடன் காண்கிறேன். சவப்பெட்டி அருகே சென்றேன். ஆம், என் மகன் தான் அங்கே கிடந்தான். இருந்தாலும் அது என் மகனாக இல்லை. எனது மகன் சிறு பிள்ளை; எப்போதும் புன்சிரிப்புடனேயே இருப்பான். குறுகலான தோள்கள்; அவனது மெலிந்த கழுத்தில் கூரிய சின்ன மிடறு துருத்திக் கொண்டிருக்கும். ஆனால் இங்கேயோ அகன்ற தோளுடைய, முழுதும் வளர்ந்த அழகிய வாலிபனல்லவா கிடந்தான்! அவன் கண்கள் என்னையுங் கடந்து அப்பால் நெடுந்தொலைவு எங்கேயோ நோக்கிக் கொண்டிருப்பது போன்று பாதி மூடியிருந்தன. எனது மகன் முகத்தில் வழக்கமாகக் காணப்படும் புன்சிரிப்பில் கொஞ்சம் இன்னும் அவனது உதடுகளின் ஓரத்தில் இருந்தது. ஆம், ஒரு காலத்தில் நான் அறிந்த அதே அனத்தோலிய் தான். நான் அவனை முத்தமிட்டுவிட்டு ஒரு புறம் நகர்ந்து நின்றேன். லெப்டி னன்ட் கர்னல் ஒரு சொற்பொழிவு ஆற்றினார். எனது அனத்தோலியின் நண்பர்கள் கண்ணீரைத் துடைத்துக்கொண்டார்கள். ஆனால் என்னால் அழ முடியவில்லை. எனது நெஞ்சிலேயே என் கண்ணீர் வறண்டுவிட்டது என்றே

நினைக்கிறேன். ஒருவேளை அதனால் தான் அது இன்னும் துன்புறுத்துகிறது போலும்.

“என்னுடைய கடைசி மகிழ்வையும் நம்பிக்கையையும் அந்த வெளிநாட்டு ஜெர்மானிய மண்ணில் புதைத்தேன். தங்கள் தலைவருக்கு இறுதி வணக்கம் செலுத்தும் முறையில் பீரங்கிப் படையினர் வேட்டுத் தீர்த்தனர். என்னுள்ளே ஏதோ ஒன்று சட்டென்று முறிந்தது போன்று தோன்றியது.... நான் நடைப் பிணம் போல என்னுடைய படைப்பிரிவுக்குத் திரும்பி வந்தேன். விரைவில் இராணுவ சேவை முடிந்து படையிலிருந்து விலகினேன்.எங்கே போவேன்? வரோனெஷுக்கா? என்ன கிடைத்தாலும் மாட்டேன். குளிர்காலத்தில் என் நண்பர் ஒருவர் காயமுற்றுப் படையிலே யிருந்து விலக்கப்பட்டு வீடு திரும்பினார்; இப்போது அவர் உரூபின்ஸ்க்கில் வாழ்ந்து வந்தார் என்பது என் நினைவுக்கு வந்தது. ஒரு முறை அவர் என்னைத் தன்னோடு வந்து வாழும்படி சொல்லியிருந்தார். ஆகவே போனேன் அவரிடம்.

“என் நண்பருக்கும் அவர் மனைவிக்கும் குழந்தைகள் இல்லை. நகர்க் கோடியில் அவர்களுக்குச் சொந்தமான வீடு ஒன்று இருந்தது. உடம்பு இயலாதோருக்கான பென்ஷன் அவருக்குக் கிடைத்து வந்தது. இருந்தாலும் அவர் ஒரு லாரி டிப்போவில் டிரைவராக வேலை செய்து கொண்டிருந்தார். அங்கே எனக்குங்கூட வேலை கிடைத்தது.நான் என் நண்பருடன் தங்கிவிட்டேன். அவர்களால் எனக்கு வீட்டு வாழ்க்கை கிடைத்தது. நாங்கள் நகர்ப்புறங்களில் பல்வேறு வகையான சுமைகளை ஏற்றிச் செல்வது வழக்கம். இலையுதிர் பருவத்தில் தானியத்தைக் கிடங்குகளுக்குக் கொண்டு சேர்க்கும் வேலையை மேற்கொண்டோம். அப்போதுதான் எனது புதிய மகன், அதோ அங்கே மணலில் விளையாடுகிறானே, அவன்தான், எனக்கு அறிமுகமானான்.

“நெடுந்தொலைவு சுற்றி வந்தபிறகு முதல் வேலையாக ஒருவர் செய்வது சாப்பாட்டுக் கடைக்குப் போய் ஏதாவது கொறிக்கவும், அதோடு ஒரு குவளை வோட்கா உள்ளே தள்ளவும் தான். அலுப்பைப் போக்கிக்கொள்ள அதுதானே வழி? அந்தக் காலத்திற்குள் இந்தக் கொடிய பழக்கத்தில் மீண்டும் பெரும் பற்றுக்

கொண்டிருந்தேன் என்பதை நான் ஒப்புக்கொள்ளத்தான் வேண்டும். ஒரு நாள் சாப்பாட்டுக் கடைக்கு அருகில் இந்தப் பயலைப் பார்த்தேன். அடுத்த நாள் மீண்டும் அவனைக் கண்டேன். சின்னப் பயல். அடே யப்பா, எப்படிப் பஞ்சைப் பயலாயிருந்தான் தெரியுமா இவன்! துணியெல்லாம் ஒரே கந்தல். முகமெல்லாம் தர்பூஸ் பழச்சாறும் தூசியும் அடை அடையாய் அப்பியிருந்தன. அழுக்கான அழுக்கில்லை. என்ன சொல்ல, தலைமயிர் பம்பையாய்க் கலைந்து முகமெங்கும் கிடந்தது. ஆனால் அவன் கண்கள் மட்டும் மழை பெய்துவிட்ட பிறகு வானில் தெரியுமே விண்மீன்கள், அவை போலப் பளிச்சிட்டன. அவனிடத்தில் எனக்கு மிகுந்த பற்று விழுந்துவிட்டது. சொன்னால் வேடிக்கையாகக் கூடத் தோன்றும். அவனைப் பார்க்காதபோது எனக்கு ஏக்கம் வரத் தொடங்கியது. வெள்ளெனவே சாப்பாட்டுக் கடைக்குப் போய் விரைவில் அவனைப் பார்க்க வேண்டும் என்பதற்காக லாரி யோட்டும் வேலையைப் பரபரப்புடன் முடித்து விட்டு ஓடுவேன். சாப்பாட்டுக் கடைக்கு வருபவர்கள் தருவதைத் தின்று வயிற்றை நிரப்புவான் அவன்.

"நான்காம் நாள் அரசாங்கப் பண்ணையிலிருந்து லாரியில் தானியத்தை ஏற்றிக்கொண்டு அப்படியே நேராகச் சாப்பாட்டுக் கடைக்கு முன்னே கொண்டுபோய் நிறுத்தினேன். இந்தச் சின்னப் பயல் அங்கே படிக்கட்டில் உட்கார்ந்து கால்களை ஆட்டிக் கொண்டிருந்தான். பயலுக்கு நல்ல பசி என்பது அவன் பார்வையிலேயே தெரிந்தது, பார்த்தேன். ஜன்னலுக்கு வெளியே தலையை நீட்டி, 'டேய், வான்யா! இங்கே வாடா வண்டிக்குள் குதித்தேறிக்கொள். உன்னைக் களஞ்சியத்துக்குக் கூட்டிக்கொண்டு போகிறேன். பிறகு இங்கே திரும்பவும் வந்து நல்ல சாப்பாடு சாப்பிடுவோம்' என்று கூவினேன். எனது கூப்பாட்டைக் கேட்டுத் திடுக்கிட்டான் அவன். பிறகு படிக்கட்டிலிருந்தபடியே தாவி நேரே லாரிப் படிமேல் குதித்தான். ஜன்னல் வரையில் எம்பி நின்று கொண்டு, 'ஏம்பேர் வான்யான்னு உனக்கு எப்படித் தெரியும்?' என்று தாழ்ந்த குரலில் கேட்டான். என்னுடைய பதிலை எதிர்பார்த்து விண்மீன் போன்ற விழிகளைப் பரக்கத் திறந்தான். நான் சொல்லி வைத்தேன், 'எனக்கு எல்லாம் தெரியும்' என்று.

"அவன் சுற்றிக்கொண்டு வலப்புறம் வந்தான். கதவைத் திறந்து அவனை உள்ளே வரவிட்டு என் பக்கத்தில் உட்கார்த்திக் கொண்டேன். நாங்கள் இருவரும் லாரியில் அப்பாற் போனோம். அந்தச் சின்னப் பயல் எப்போதும் துரு துரு வென்றிருப்பான். ஆனால் இப்போது திடீரென்று அமைதியாகி விட்டான். நீண்டு நெளிந்த இமைகளை லேசாக நிமிர்த்தி அடிக்கடி என்பக்கமாக ஒருக்கணித்துப் பார்ப்பதும் பெருமூச்சு விடுவதுமாக இருந்தான். இந்த வாண்டுப் பயலுக்கு அதற்குள் பெருமூச்சு விடத் தெரிந்திருந்ததே! இதுவா அவன் செய்ய வேண்டிய காரியம்? 'உன் அப்பா எங்கேடா, வான்யா?' என வினவினேன். 'சண்டைக்குப் போனாரு. அங்கே செத்துப் போனாரு' என்று மெல்லக் கூறினான். 'அம்மா?' 'அம்மாவா, நாங்கள் ரயில்லே போய்க்கிட்டிருந்தோம், பாரு. ஒரு குண்டு விழுந்தது. அம்மா செத்துப்போச்சு. 'எங்கேயிருந்து நீங்கள் ரயிலில் வந்து கொண்டிருந்தீர்கள்?' 'எனக்குத் தெரியாது. எனக்கு நினைவில்லை...' 'உனக்கு உறவினர் ஒருவர்கூட இல்லையா?' 'இல்லே. ஒருத்தரும் இல்லே.' 'ஆனால் ராத்திரியில் எங்கேயப்பா படுத்து உறங்குகிறாய்?' 'எங்கேயாவது, கிடைக்கிற இடத்திலே.'

"எனக்குத் தொண்டை யடைத்து அழுகை குமுறி வந்தது. நாங்கள் ஏன் இப்படித் தனித் தனியாகப் பிரிந்து துன்பப்பட வேண்டும்? என் சொந்த மகனாகவே அவனை ஏற்றுக்கொள்வேன் என்று அப்போதே தீர்மானித்துக்கொண்டேன். இப்படித் தீர்மானித்த உடனே என் மனம் பாட்டிலே போட்டது. நெஞ்சிலிருந்த சுமை குறைந் தது. உள்ளத்தில் ஒரு வகையான ஒளி பிறந்தது. அவன் புறமாகச் சாய்ந்து குனிந்து தணிந்த குரலில் 'வான்யா, உனக்குத் தெரியுமா, நான் யார் என்று?' என்றேன். அவன் 'யாரு?' என்று ஒரே துடிதுடிப்புடன் கேட்டான் முன் போலவே மெல்லிய குரலில் 'நான்தானடா உன் அப்பா' என்றேன்.

"அட கடவுளே, அப்போது என்ன நடந்தது தெரியுமா? அந்தப் பயல் என்மீது பாய்ந்து என் கழுத்தைக் கட்டிப்பிடித்துக் கொண்டு என் கன்னங்களிலும், உதடுகளிலும், நெற்றியிலும் எங்கும் மாறிமாறி முத்தம் கொடுத்தான். கீச்சுக் குரலிற் பேசத்

தொடங்கினான் பாருங்கள், பறவை கூவுவது போலவே இருந்தது அவன் குரல். 'அப்பாக் கண்ணு! எனக்குத் தெரியும்! நீ என்னே கண்டுபிடிச்சுருவேனு எனக்குத் தெரியும்! என்ன ஆனாலும் நீ என்னே கண்டுபிடிச்சுருவேனு எனக்குத் தெரியும்! நீ என்னே கண்டுபிடிக்கணும்னு தான் நான் காத்துக்கிட்டிருந்தேன். ரொம்பநாளா காத்துக்கிட்டிருந்தேன்!' என்று கூவிக் கொண்டு அப்படியே என் உடம்போடு ஒட்டிக்கொண்டான். அவன் உடம்பு முழுதும் காற்றில் புல் சிலு சிலுப்பது போல நடுங்கிற்று. எனது கண்கள் கலங்கின. நானுங்கூடத்தான் நடுங்கிக் கொண்டிருந்தேன். என் கைகள் வெடவெடத்துக் கொண்டிருந்தன.... எப்படித்தான் லாரியைச் சரியாக ஓட்டிக் கொண்டு போனேனோ நானறியேன். இருந்தாலுங்கூட ஒரு கிடங்கில் லாரியை நிப்பாட்டினேன். கண்ணீர் பொங்கிப் பார்வை மங்கியிருக்கும் போது, ஓட்டிக் கொண்டு போனால் யாரையேனும் மோதித் தள்ளிவிடுவேனோ என்று அச்சமாயிருந்தது. அங்கேயே சுமார் ஐந்து நிமிஷநேரம் அமர்ந்திருந்தோம். என் பொன்னு மகன் இன்னமும் என்னை ஒரேயடியாகப் பிடித்துத் தொங்கிக் கொண்டே இருந்தான். ஒன்றும் பேசவே இல்லை. வெறுமனே நடுங்கிக் கொண்டிருந்தான். அவனைச் சுற்றி வலது கையைப் போட்டு மெல்ல அணைத்துக் கொண்டு, இடக்கையினாலேயே லாரியைத் திருப்பி, நான் வாழ்ந்த குடிலுக்கே திரும்பவும் ஓட்டி வந்தேன். அதற்குப் பிறகு களஞ்சியத்துக்குப் போகவே மனம் வரவில்லை.

"வாயிலில் லாரியை நிறுத்திவிட்டு புதிய மகனை அணைத்துத் தூக்கிக்கொண்டு வீட்டிற்குள் சென்றேன். அவனோ, தனது சிறு கைகளால் என் கழுத்தைக் கட்டிக்கொண்டு ஒரேயடியாக ஒட்டிக்கொண்டான். மழிக்கப்படாதிருந்த என் மோவாயில் தனது கன்னத்தை அழுத்திக் கொண்டு அங்கேயே ஒட்டியிருந்தான். அந்த நிலையிலே தான் நான் அவனை உள்ளே தூக்கிச் சென்றேன். எனது நண்பரும் அவர் மனைவியும் இருவரும் வீட்டில்தான் இருந்தார்கள். நான் உள்ளே வந்து அவர்களைப் பார்த்துக் கண்கள் இரண்டையும் சிமிட்டினேன். பிறகு துணிவும் மகிழ்வும் பொங்க, 'நல்லது, என் கண்ணாளன் வான்யாவை எப்படியோ ஒருவிதமாகக்

கண்டுபிடித்து விட்டேன். இதோ பாருங்கள், நண்பர்களே!' என்றேன். அவர்களுக்குக் குழந்தை கிடையாது. இருவருக்கும் குழந்தை வேண்டுமென்று ஆசை. ஆகவே உடனேயே என்ன நிகழ்ந்தது என்பதை யூகித்துக் கொண்டு பரபரப்போடு உபசாரம் செய்யத் தொடங்கிவிட்டார்கள். என் மகனே என்னை விடுகிற வழியாய் இல்லை. ஆனால் எப்படியோ அவனைத் தாஜா பண்ணினேன். அவனது கைகளைச் சோப் புத் தடவிக் கழுவினேன். உணவருந்த அவனை மேஜையண்டை அமர வைத்தேன். எனது நண்பரின் மனைவி அகப்பையால் 'சூப்' மொண்டு ஒரு தட்டில் ஊற்றி என் மகனுக்குக் கொடுத்தாள். அதை எப்படி மடக் மடக்கென்று குடித்தான், தெரியுமா! அதைப் பார்த்தவுடன் அப்படியே அவள் அழுது கண்ணீர் சிந்தினாள். ஸ்டௌவுக்கு அருகில் ஏப்ரனால் முகத்தை மறைத்து அழுது கொண்டு நின்றாள். எனது வான்யா அவள் அழுவதைப் பார்த்ததும் அவளிடம் ஓடி, அவளது பாவாடையைப்பற்றி இழுத்துக்கொண்டே, 'ஏன் அழுகிறே, அத்தே? என்னே அப்பா சாப்பாட்டுக் கடைக்கிட்டே கண்டுபிடிச்சாரு எல்லாரும் சந்தோஷமாகல்லே இருக்கணும்! நீ என்னடான்னா அழுகிறியே!' என்றான். ஆனால் அவள் இன்னும் விசித்து விசித்து அழுதாள். அவள் உடம்பு முழுதும் கண்ணீரால் நனைந்து போய்விட்டதென்றால் பார்த்துக்கொள்ளுமே!

"சாப்பிட்ட பின் க்ஷவரக் கடைக்கு அவனை அழைத்துக் கொண்டுபோய் அவனது முடியைத் திருத்தி யமைத்தேன். வீட்டில் ஒரு தொட்டியில் என் கையாலேயே அவனைக் குளிப்பாட்டினேன். பிறகு சுத்தமான போர்வையை அவனுக்குச் சுற்றிப் போர்த்தினேன். என்னை ஆவிச் சேர்த்துக் கட்டிக்கொண்டு என் கையணைப்பிலேயே உறங்கி விட்டான். அவனை மெல்லப் படுக்கையில் கிடத்தி விட்டு லாரியைக் களஞ்சியத்துக்கு ஓட்டிப் போய் தானிய மூட்டைகளை இறக்கிவிட்டு லாரியைத் திரும்பவும் நிறுத்தும் இடத்தில் கொண்டு போய் விட்டுவிட்டு நேரே கடைகளைப் பார்க்க ஓடினேன். கம்பளிக் கால்சட்டை, சின்ன மேல்சட்டை, செருப்பு, வைக்கோல் தொப்பி ஆகியவற்றை அவனுக்காக வாங்கினேன். ஆமாம், ஒன்றாவது அளவு சரியாயில்லை என்பதும் தரம் கெட்டவை

என்பதும் அப்புறம்தான் தெரிந்தது. எனது நண்பரின் மனைவி கால்சட்டையைப்பற்றி எனக்கு ஒரு ‘டோஸ்’ விட்டாள். ‘உனக்கு என்ன, பைத்தியமா? வெயிலானால் இது மாதிரி அடிக்கிறது. இப்போது பையனுக்குக் கம்பளிக் கால்சட்டை போடலாமா?’ என்றாள். அடுத்த நிமிஷமே தையல் இயந்திரத்தை எடுத்து மேஜை மேல் வைத்துக்கொண்டு துணிப் பேழைக்குள் எதையோ துழாவினாள். ஒரு மணி நேரத்திற்கெல்லாம் பஞ்சுத் துணிக் காற்சட்டையும் வெள்ளை மேற்சட்டையும் தைத்துவிட்டாள். எல்லாம் என் வான்யாவுக்குத் தான். வான்யாவைப் படுக்கையில் கிடத் திக்கொண்டேன். எத்தனையோ இரவுகளுக்குப் பிறகு முதன் முறையாக அன்றுதான் அமைதியுடன் உறங்கினேன். இருப்பினும் இரவில் நான்கு தடவை விழித்துப் பார்த்துக்கொண்டேன். வான்யா எனது கையின் குடை வளைவுக்குள் சுருண்டு கிடந்தான். கூரையிறப்புக் கடியிலே குருவி சுருண்டு கிடக்குமே அது போல. மெல்ல மூச்சுவிட் டான். எனக்கு எவ்வளவு மகிழ்ச்சியாக இருந்தது தெரியுமா? சொல்லிலடங்காத மகிழ்ச்சி. அவன் உறக்கத்தைக் கலைக்கக் கூடாது என்பதற்காகக் கொஞ்சங்கூட அசையாமல் படுத்திருக்க முயன்றேன். ஆனால் அது ஒன்றும் பலன் தரவில்லை. மிக அமைதியுடன் அசையாது எழுந்து நிற்பேன். ஒரு தீக்குச்சியைக் கொளுத்தி வைத்துக்கொண்டு அவன் படுத்திருக்கும் காட்சியை வியந்து பார்த்த வண்ணமாக அப்படியே நிற்பேன்....

“பொழுது விடிவதற்குச் சற்று முன்னர் விழித்துக்கொண்டேன். நிரம்பப் புழுக்கமாயிருந்தது. ஏனென்று புரிந்துகொள்ள முடியவில்லை. அவன் தான், எனது சின்ன மகன், தனது போர்வையை விட்டு வெளியே வந்து மேலேறிச் சரியாக என் மார்பின் குறுக்கே படுத்துக் கிடந்தான். அவனது பிஞ்சுக் கால் என் தொண்டை மீது கிடந்தது. உறங்கும் போதுதான் என்ன புரளு புரளுவான் தெரியுமா, இந்தப் பயல்! அவனுடன் சேர்ந்து படுத்துறங்குவது பெருந் தொல்லை. ஆனால் அவனுடன் படுத்துப் படுத்து எனக்குப் பழக்கமாகிவிட்டது. அவனைப் பக்கத்தில் காணாவிட்டால் எனக்கு வெறிச் சென்றிருக்கும். இரவில் அவன் உறங்கும் போது அவனையே பார்த்துக் கொண்டிருந்தாலோ,

அவனது சுருட்டை மயிருள்ள உச்சியை முகர்ந் தாலோ நெஞ்சில் இருந்த நோவு உடனே போய் விடும். துயரப் பட்டுப் பட்டுக் கல்லாய் இறுகிப் போயிருந்த என் நெஞ்சு நெகிழ்ந்து இளகும்...

“முதலில் நான் லாரி ஓட்டிச் செல்லும்போது என்னுடனேயே அவனும் வருவது வழக்கம். பிறகு அது கட்டிவராது என்று உணர்ந்தேன். நான் மட்டும் தனியே போய்க் கொண்டிருந்த போது எனக்கு என்ன தேவைப்படும்? ஒரு ரொட்டி, வெங்காயம் ஒன்று, கொஞ்சம் உப்பு-இவை போதுமே, நாள் முழுதும் ஒரு போர்வீரனுக்கு. ஆனால் அவன் நிலைமை வேறு. ஒருநேரம் அவனுக்குப் பால் வேண்டியிருக்கும்; ஒருநேரம் அவனுக்கு முட்டை வேகவைத்துத் தர வேண்டிவரும்; ஏதாவது சூடாகத் தராவிட்டால் அவனுக்குச் சரிப்பட்டு வராது. ஆனால் என்னுடைய வேலையையும் செய்ய வேண்டியிருந்ததே. ஆகவே எப்படியோ மனந்துணிந்து என் நண்பர் மனைவியின் பொறுப்பில் அவனை விட்டுப் போனேன். போனேனா? அவன் நாள் முழுதும் அழுது கொண்டே இருந்தான். பொழுது சாய்ந்ததும் என்னைப் பார்ப்பதற்காகக் களஞ்சியத் தண்டை ஓடி வந்தான். இரவு நெடு நேரம் வரை அங்கே எனக்காகக் காத்திருந்தான்.

“முதலில் அவனுடன் எனக்குத் தொல்லையாக இருந்தது. ஒரு நாள் மிகவும் களைத்திருந்தேன். இன்னும் வெளிச்சம் இருந்தது. படுக்கப் போனோம். வழக்கமாக ஏதாவது பேசிக்கொண்டே இருப்பான், குருவி சிலம்புகிற மாதிரி. அன்றைக்கு ஏனோ கம்மென்று இருந்தான். ‘என்னப்பா யோசனை பலமாயிருக்கிறது?’ என்று கேட்டேன். முகட்டு வளையைப் பார்த்துக்கொண்டே, ‘ஏம்ப்பா, அந்தத் தோல் சட்டே வச்சிருந்தியே, அதே என்ன பண்ணினே?’ என்று கேட்டான். என் வாழ்விலே எப்போதுமே என்னிடம் தோல் சட்டை இருந்தது கிடையாதே! எப்படியாவது சுற்றி வளைத்து இவனுடைய சந்தேகத்தைப் போக்க வேண்டும். ‘வரோனெஷில் அதை வைத்துவிட்டேன்’ என்று மழுப்பினேன். ‘என்னேக் கண்டுபிடிக்க, யேம்ப்பா, அத்தனெ நாளாச்சு உனக்கு?’ என்று அடுத்த கேள்வி போட்டான். ‘உன்னை எங்கெங்கெல்லாம் தேடினேன், தெரியுமா? ஜெர்மனியிலே, போலந்திலே, பிறகு பை

லோரஷ்யாவிலே எங்கும் தேடினேன். நீ என்னடான்னா, இங்கே உருபின் ஸ்க்கில் இருந்தாய்' என்று சொன்னேன். 'உருபின்ஸ்க், அப்பா, ஜெர்மனியே விடக் கிட்டவா? நம்ப வீட்டுக்கும் போலந்துக்கும் ரொம்ப தொலையாப்பா?' இப்படியே உறங்கும் வரை பேசிக்கொண்டே போனோம்.

"ஆனால் அவன் தோல் சட்டை பற்றிக் கேட்டானே, அதற்குக் காரணம் இல்லை யென்றா எண்ணுகிறீர், அண்ணே? இல்லை. அந்தக் கேள்விக்கெல்லாம் காரணம் இருக்கத்தான் இருந்தது. ஏதோ ஒரு காலத்தில் அவனது சொந்தத் தந்தை ஒரு தோற்சட்டை அணிந்திருப்பார். அதை இப்போதுதான் அவன் நினைத்துக் கொண்டிருக்கிறான். ஒரு குட்டிப் பயலின் நினைப்பு கோடை காலத்து மின்னல் போன்றது என்று தான் உமக்குத் தெரியுமே! அது பளிச்சிடும்; பொருள்களைச் சிறிதளவு வெளிச்சம் வீசிக் காட்டும்; பிறகு மறைந்திடும். குழந்தையின் ஞாபகமும் கோடை கால மின்னலின் ஒளி வீச்சுக்கள் போன்றதே.

"இன்னொரு ஆண்டும் நாங்கள் உருபின்ஸ்க்கிலேயே சேர்ந்து வாழ்ந்திருப்போம். ஆனால் நவம்பரில் எனக்கு ஓர் இடர் வந்தது. சேறும் சகதியுமாயிருந்த சாலையில் லாரி ஓட்டிப் போய்க் கொண்டிருந்தேன். சிற்றூர் ஒன்றின் வழியாகச் சென்ற போது சக்கரம் வழுக்கியது. தற்செயலாக அந்தப் பக்கத்தில் ஒரு பசு நின்று கொண்டிருந்தது. அதன்மீது மோதித் தள்ளிவிட்டேன். நல்லது. அந்த நிலைமையில் என்ன நடக்கும் என்பதுதான் உமக்குத் தெரியுமே. பெண்டிரெல்லாம் ஒரே களேபரம் பண்ணினார்கள். ஊரார் சுற்றிக் கூட்டமாக வளைத்துக்கொண்டார்கள். விரைவில் போக்குவரத்து இன்ஸ்பெக்டர் அவ்விடத்திற்கு வந்து சேர்ந்தான். ஒன்றுமில்லாத விஷயத்தைப் பெரிது படுத்தாதேயும் ஐயா என்று அவனிடம் கேட்டுக் கொண்டேன். ஆனால் அந்த மனிதன் எனது லைசென்ஸைப் பறித்துக்கொண்டு போய்விட்டான். இதற்கிடையில் பசு எழுந்து வாலைக் கிளப்பிக் கொண்டு சாலையிலே பாய்ந்தோடிற்று. ஆனால் என் லைசென்ஸ் என்னவோ போனது போனது தான். குளிர் பருவம் முழுதும் தச்சு வேலை செய்து கழித்தேன். பட்டாளத்திலே என்னுடன் பழகிய ஒரு பழைய நண்பர்

இருந்தார். அவருக்குக் கடிதம் எழுதினேன். அவர் கஷாரி மாவட்டத்திலேயே டிரைவராக வேலை செய்கிறார். வந்து தன்னுடன் தங்கிவாழுமாறு என்னை அவர் அழைத்தார். ஓராண்டிற்கு நீ தச்சு வேலை செய்யலாம். பிறகு நீ நமது மாவட்டத்தில் புதிய லைசென்ஸ் எடுத்துக் கொள்ளலாம் என்று சொல்கிறார். அதனால் தான் இப்போது நானும் என் மகனும் கஷாரிக்கு நடைபோடுகிறோம்.

"ஆனால் அந்தப் பசுவின்மேல் லாரியை மோதியிரா விட்டாலும் கூட நான் உரூபின்ஸ்க்கை விட்டு வெளியேறித் தானிருப்பேன். என் துயரம் என்னை ஒரே இடத்தில் நெடுங்காலம் தங்க விடாது. என் வான்யா சற்றுப் பெரியவனானதும், அவனைப் பள்ளிக்கு அனுப்ப வேண்டிவரும். அப்போது நான் கால் முடங்கி ஒரே இடத்தில் குடியேறிடுவேன். ஆனால் இப்போதைக்கு ருஷ்ய மண்ணில் நாங்கள் ஜோடியாக நடந்து திரிகிறோம்."

"அவன் களைத்துப் போகிறானா?" என்று வினவினேன்.

"களைப்பா? அவன் நிரம்ப நடக்கிறதில்லை. பெரும்பாலான நேரம் என் மீது தான் சவாரி செய்கிறான். நான் அவனைத் தோள் மீது சுமந்து செல்கிறேன். கால் மரத்துப் போய் கீழே இறங்க அவன் விரும்பினால், கீழே குதித்துச் சாலையில் இங்குமங்கும் ஓடுகிறான். வெள்ளாட்டுக் குட்டி மாதிரிப் பாய்ந்து துள்ளி ஓடுகிறான். அதையெல்லாம் பொருட்படுத்தத் தேவையில்லை, அண்ணே, நாங்கள் இருவரும் ஒழுங்காகச் சென்று சேர்ந்து வாழ்வோம். ஒன்றே ஒன்று தான். என் நெஞ்சில் எங்கோ ஓரிடத்தில் நல்ல அடிபட்டிருக்கிறது. அது கடமுடா பண்ணுகிறது. அதில் ஏதோ ஒரு பிஸ்டனை மாற்ற வேண்டும். அவ்வளவு தான். சில நேரங்களில் நெஞ்சில் குத்துவாளைச் செருகியது போல வலிக்கிறது. அந்த நிலையில் நான் செய்வது எனக்கே புரிவதில்லை. என்றாவது ஒரு நாள் உறங்கும்போதே இறந்து மகனைக் கதிகலங்க அடித்து விடுவேனோ என்கிற அச்சம் தான் என்னை வேதனை செய்கிறது. இன்னொரு தொல்லையும் உள்ளது. நான் இழந்தேனே, எனக்கினியவர்கள், அவர்களைக் கிட்டத்தட்ட ஒவ்வொரு நாளும் கனவிற் பார்க்கிறேன். முள்கம்பிக்குப் பின்புறம் நான் இருக்க அவர்கள் மற்றப்புறத்தில் விடுதலையுடன் கட்டின்றி இருப்பது

போலவே பெரும்பாலும் கனவு காண்கிறேன். இரீனாவிடமும் குழந்தைகளிடமும் எல்லா விஷயங்களையும் பற்றிப் பேசுகிறேன். ஆனால் அந்த முள்கம்பியை அகற்ற முயல்கிறேனோ இல்லையோ, உடனே அவர்கள் அப்பால் போய்விடுகிறார்கள். எனது கண்களுக்கு முன்னேயே அவர்கள் கொஞ்சங் கொஞ்சமாகக் கரைந்து மறைவது போலத் தோன்றுகிறது. இன்னொரு வேடிக்கை என்ன தெரியுமா? பகல் நேரம் எல்லாம் துணிவு கொண்டு மனத்தைக் கட்டுப் படுத்தி வைத்திருக்கிறேன். நான் சிணுங்குவதையோ பெருமூச்சு விடுவதையோ காணவே முடியாது. ஆனால் இரவில் சில நேரங்களில் விழித்துக் கொண்டு பார்த்தால் எனது தலையணை கண்ணீரால் நனைந்து ஈரமாக இருக்கிறது.....

ஆற்றிலிருந்து எனது நண்பரின் குரலும் நீரில் துடுப்புக்கள் சளப்பிடும் ஓசையும் கேட்டன.

இப்போது நெருங்கிய நண்பன் போன்று எனக்குத் தோன்றிய இப்புதியவன் தனது பெரிய கையால் என் கையைக் குலுக்கினான். மரக்கட்டை போன்று உறுதியாக இருந்தது அவன் கை.

“போய் வருகிறேன், அண்ணே, நீங்கள் நன்றாயிருக்க வேண்டும்!

“நீரும் நன்றாயிரும். கஷாரிக்குச் சுகமாய்ப் போய்ச் சேரும்!”

“உமக்கு என் அன்பு கலந்த நன்றி. டேய், மகனே! வா, படகுக்குப் போவோம்.”

பையன் தந்தைக்குப் பக்கத்தில் ஓடி வந்து அவனது மெத்தை தைத்த சட்டையின் மூலையைப் பற்றிக்கொண்டான். தகப்பன் எட்டி அடிவைத்து நடக்க அவனுக்குப் பக்கத்திலேயே சிறுவனும் குறுகக் குறுக அடிவைத்து நடந்து சென்றான்.

திக்கற்றுப்போன இரு ஜீவன்கள், போர் என்னும் பெரும் புயலினால் முன் பின் அறியாத பகுதிகளில் வீசி ஒதுக்கப்பட்ட இரண்டு மணல் மணிகள்.... அவர்களுடைய வருங்காலம் எந்த மாதிரி இருக்கும்? எனக்கென்னவோ இந்த ருஷ்யன், திடமான மனவுறுதி வாய்ந்த இந்த மனிதன், தனது பொறுப்பை இறுதி வரை

தளராது நிறைவேற்றுவான் என்றும், இந்தப் பையன் தந்தையின் அரவணைப்பில் தாய் நாட்டின் பொருட்டு தேவை ஏற்பட்டால் எத்தகைய இடரையும் பொறுத்து எந்தத் தடையினையும் கடந்து முன்னேறும் ஆற்றல் வாய்ந்த ஆண்மகனாக மலர்வான் என்றும் தான் நம்பத் தோன்றியது.

அவர்கள் செல்வதை ஏக்கத்துடன் பார்த்துக் கொண்டிருந்தேன். நாங்கள் பிரிந்தபோது ஒரு வேளை எல்லாம் சரியாகப் போயிருக்கும். ஆனால் அந்த வான்யாப் பயல், சில அடிகள் சென்றதும் சட்டென்று குச்சிக் கால்களில் திரும்பி என்னைப் பார்த்து சின்ன ரோஜாக் கையை ஆட்டி விடை பெற்றுக் கொண்டான். அவ்வளவுதான். ஏதோ வன விலங்கின் மெத்தென்ற முன்பாதம் நெஞ்சில் பட்டு அதன் கூரிய நகங்கள் சுரீரென்று பாய்ந்தது போலத் துடிதுடித்துப் போனேன். சடக்கென்று முகத்தை அப்பால் திருப்பிக்கொண்டேன். இல்லை. போரில் தலை நரைத்துப் போன இந்த முதிய மனிதர்கள் அழுவது தம் உறக்கத்தில் மட்டும் அல்ல, விழித்திருக்கும் காலத்திலும் தான். ஆனால் சரியான நேரத்தில் முகத்தை அப்பால் திருப்பிக் கொள்ளவேண்டும், அதுதான் முக்கியமானது. வறண்டு காய்ந்து போன நெஞ்சிலிருந்து வெளிப்பட்ட கொதிக்கும் கண்ணீர் ஓர் ஆண்மகனின் கன்னங்களில் வழிவதைக் குழந்தை காணாதவாறு மறைப்பது, அதன் பிஞ்சு மனத்தைப் புண்படுத்தாமல் இருப்பது தான் உண்மையிலேயே முக்கியமானதாகும்.